गंमतगोष्टी

I0631736

द. मा. मिरासदार

मेहता पब्लिशिंग हाऊस

GAMMATGOSHTI by D. M. MIRASDAR

गंमतगोष्टी : द. मा. मिरासदार / विनोदी कथासंग्रह

द. मा. मिरासदार
१२६०, अक्षय सहनिवास, तुळशीबागवाले कॉलनी,
सहकारनगर नं. २, पुणे - ४११००९.

© सुनेत्रा मंकणी

प्रकाशक : सुनील अनिल मेहता, मेहता पब्लिशिंग हाऊस,
१९४१, सदाशिव पेठ, माडीवाले कॉलनी,
पुणे ४११०३०. © ०२०-२४४७६९२४
E-mail : info@mehtapublishinghouse.com
Website : www.mehtapublishinghouse.com

अक्षरजुळणी : इफेक्ट्स, २१/६ब, आयडिअल कॉलनी, कोथरूड, पुणे – ३८.

मुखपृष्ठ : शि. द. फडणीस

प्रकाशनकाल : प्रथमावृत्ती, १९७३ / द्वितीयावृत्ती, १९८१ / १९९०
मेहता पब्लिशिंग हाऊस, पुणे यांची चौथी आवृत्ती : मार्च, २०११ /
सप्टेंबर, २०११ / डिसेंबर, २०१२ / फेब्रुवारी २०१४ /
पुनर्मुद्रण : मार्च, २०१६

P Book ISBN 9788184982237
E Book ISBN 9788184989076

सन्मित्र
राम पटवर्धन

यांसी
प्रेमपूर्वक

अनुक्रम

कुरघोडी

किसन न्हावी अलीकडे फार अडचणीत आला होता. त्याची ओढगस्त होत होती. अलीकडे गिऱ्हाईक बरेच कमी झाले होते. दुसऱ्या कुठल्या तरी परगावच्या न्हाव्याने गावात दुकान टाकून चढाओढ सुरू केली होती. आणि महागाईने लोकही म्हणावा तेवढा दर देत नव्हते. सध्या पोटापुरते मिळायचीही पंचाईत झाली होती. ज्वारी आहे, तर तेल नाही. तेल आहे, तर मीठमिरची नाही, असे सगळे चालले होते. आजचा दिवस भागला, पण उद्याचे काय, हा प्रश्न सारखा भेडसावत होता. एकूण गड्याची दैनादैना झाली होती. यातून कसा मार्ग शोधावा, हे त्याला कळत नव्हते. तो आपल्या परीने पुष्कळ विचार करीत होता. पण तरीही काही सुचत नव्हते.

आज तर फार आणीबाणीची परिस्थिती होती. घरात ज्वारीचा दाणा शिल्लक नव्हता. शेजारपाजार, उधार-उसनवार या सगळ्या गोष्टी करून झाल्या होत्या. आता त्यातून काही मिळण्यासारखे नव्हते. घरात सकाळपासून चूल पेटली नव्हती. सकाळचे चहापाणी झाले नव्हते.

किसन बाहेर ओट्यावर उगीच बसला होता. तोंड वेडेवाकडे करीत काहीतरी आठवून पाहत होता. पण काही आठवत नव्हते. नवे सुचत नव्हते.

घंटा-दीडघंटा बायकोने वाट बघितली. शेवटी सकाळ निम्मी गेली, उन्हे ओसरीवर आली, तसा मात्र तिला काव आला. मोठ्यांदा ओरडून ती म्हणाली,

"आता हालताय का न्हाई? जावा की भायेर! आना कुठनं तरी शेरमापटं जोंधळं!"

न्हावी रडकुंडीला येऊन म्हणाला,

"आगं, पन आनू कुठून? कोन देत न्हाई आता."

"जरा बघचाल का कसं? का हितनंच न्हाई म्हनून सांगचाल!"

"आगं पन जाऊ कुटं?"

"ते मला न्हाई ठावं." बायको झटक्याने म्हणाली, "काय आनलंत तर मिळंल तुकडा. न्हाई तर बसावं लागंल उपाशी खुश्शाल!"

"बसाय यील! एखांद्या टायमाला ऱ्हायलं उपाशी तर काय हुतंय?"

नवऱ्याचे हे थंडपणाचे बोलणे ऐकल्यावर बायको चिडली. तिच्या डोक्यात संताप चढला. बाहेर येऊन तिने दोन्ही हात त्याच्याभोवती नाचवले. सगळ्या गल्लीला ऐकू जाईल, अशा खणखणीत आवाजात ती म्हणाली,

"आहाहाहा! दिवे ववाळू का तुमच्यावरनं? पोट भरता यीना, तर लगीन केलं कशाला मंग? अंगाला राख फासून जोगड्यावानी का न्हाई हिंडलात? तरी बरं, पोटाला लेकरू न्हाई आजून. दहा वर्सं झाली तरी."

बायकोने एकाएकी असा उद्धार केल्यावर न्हावी गडबडला. घाबरूनच गेला. त्याच्या मनाला ते बोलणे फार लागले. रागारागाने डोक्याला टोपी चढवीत तो म्हणाला,

"बरं बरं, लई आवाज करू नगंस. लाकडं बग. तवर मी जवारी आणतो कुठनं तरी."

आणि लांबलांब टांगा टाकीत तो निघाला. गाव ओलांडून रानाच्या दिशेने झपाझपा निघाला. चालता चालता मनात विचार करू लागला की, आता नेमके कुठे जावे? गावात तर आपली एकाही घरी पत राहिलेली नाही. एकदा-दोनदा सगळ्यांनी शेरपायली धान्य उसने दिलेले आहे. ते परत केल्याशिवाय पुन्हा मागायला तोंड नाही... आता रानातच कुठेतरी गेलं पाहिजे. पण कुणाकडे जावं? गेल्यावर हमखास देईल, असा गडी कोण आहे?....

मग एकाएकी त्याला सखाराम पाटलाचे नाव आठवले.

सखाराम पाटलाची बायको बाळंतपणासाठी माहेरी गेली होती. त्यामुळे पाटील सध्या मुक्कामाला मळ्यातच वस्तीवर होता. तो लहरी माणूस आहे. एखाद्या वेळी काही देणार नाही. फुकट तकाटा देईल. पण गडी सुतात असला, तर शेरमापट्याला नाही म्हणणार नाही. लहर लागली, तर पायलीभरसुद्धा देईल. गड्याची तब्येत मात्र लागली पाहिजे. हां, तेवढं आहे. ते जुळलं, तर मग साधलं काम आपलं....

किसन न्हाव्याने मनाशी इतका सगळा विचार केला. चालताचालताच केला आणि मग तो झपाट्याने पाटलाच्या वस्तीकडे आला.

ओढ्याच्या पलीकडच्या अंगाला पाटलाचा मोठा मळा होता. ओढ्याला लहानशी

धार होती. तिच्यातूनच गाडीवाट मळ्यात गेलेली होती. ओढ्याकडेला लागून गच्च ऊस लांबपर्यंत पसरला होता. त्याच्या कडेने शेरणीचे गचपान दाटले होते आणि एक वर्षभर पोसलेल्या उंच उसावर पांढरेशुभ्र तुरे वाऱ्याने हलत होते. जिकडे पाहावे, तिकडे ऊसच ऊस दिसत होता.

"बायली, पाटील गबरगंड झालाय ते उगी न्हवं!"

असं म्हणत न्हावी मोठ्या कौतुकाने, हेव्याने उसाकडे पाहत राहिला आणि मग पुढे निघाला. चालता चालता त्याच्या लक्षात आलं की, सरळ गाडीवाटेने वस्तीवर पोचायला थोडासा वेळ लागेल. त्यापेक्षा उसाच्या फडात घुसावे. बांधाबांधाने मधल्या वाटेने निघाले, म्हणजे नेमके आपण वस्तीवर जाऊन टपकू. तेवढाच लांबचा तकाटा चुकेल.

उसाच्या फडातून न्हावी भराभरा टांगा टाकीत निघाला. बांधावर आडवी आलेली पाने, मोडून पडलेली कांडी हाताने बाजूला करीत चालू लागला.

न्हाव्याने निम्मा फड ओलांडला आणि तेवढ्यात उसात खसफस झाली. कुणीतरी इकडेतिकडे गेल्यासारखी पावले वाजली. एकाएकी कसलीतरी धडपड धडपड ऐकू आली.

त्याबरोबर न्हावी एकदम दचकला! कावराबावरा होऊन उसाकडे पाहू लागला.

उसाच्या फडात कोल्हीकुत्री घुसतात, रानडुकरे हिंडतात हे त्याने ऐकले होते. त्यापैकीच तर हा आवाज नव्हे? न जाणो, एखादे रानडुक्कर असेलही. उसाचा नास करीत हिंडत असेल. आता आले अंगावर म्हणजे पंचाईतच. आपल्या पावलाच्या आवाजाने सावध होऊन एकदम धावून आले, म्हणजे काय करायचे? त्यापेक्षा इथेच थांबावे, नीट कानोसा घ्यावा आणि मगच पुढे जावे.

या विचाराने किसन न्हावी होता त्या जागीच थांबला. अगदी मुकाट्याने, आवाज न करता उभा राहिला. कान टवकारून आदमास घेऊ लागला.

एक-दोन मिनिटे अशी गेली.

मग पुन्हा उसात खसफस झाली. पाने हलली.

– आणि अस्ताव्यस्त कपड्यानिशी एक बाई भराभरा बाहेर आली. तिच्यामागून आणखी एक कुणीतरी पुरुषमाणूस आले.

पाटील?

किसनने पाहिल्याबरोबर त्याला ओळखले. नकळत त्याच्या तोंडून एकदम मोठ्यांदा शब्द आले, "आँ? कोन पाटील?"

त्याबरोबर त्या दोघांचेही लक्ष बाजूला लांब उभ्या असलेल्या किसन न्हाव्याकडे गेले आणि त्या बाईच्या तोंडून एकदम किंकाळीच बाहेर पडली. तिचा चेहरा पांढराफटक पडला. दोन्ही हात तोंडावर घेऊन ती तरणीताठी बाई धूम पळाली.

मोठ्या वेगाने पळाली आणि क्षणात त्या फडात दिसेनाशी झाली.

तोंडाचा आ करून किसन त्या प्रकाराकडे बघत उभा राहिला. एकदा बाई पळालेल्या दिशेकडे टकामका पाहत राहिला. पहिल्यांदा त्याला काही कळले नाही. नीटसा संदर्भ लागला नाही. पण थोड्याच वेळात त्या लबाड आणि धूर्त माणसाच्या सगळे लक्षात आले. त्याच्या डोक्यात चक्क प्रकाश पडला.

मग किसन जरा खाकरला आणि मोठ्यांदा म्हणाला,

"पाटील! –"

पाटील चोरासारखा उभा राहिला होता. आपली गुप्त भानगड साग्रसंगीत या माणसाला समजली, हे कळल्यामुळे तो भयंकर शरमला होता. मान खाली घालून गुपचूप उभा होता.

किसनने हाक मारली. पण त्याने चकार शब्द काढला नाही.

मग न्हाव्याने पुन्हा खाकरल्यासारखे केले. जवळ जाऊन पुन्हा हाक मारली.

"पाटील! –"

पाटील मान वर उचलून हळू आवाजात म्हणाला,

"आं?"

"काय भानगड हाय?"

"काय न्हाई!"

किसनने डोळा मिचकावला. आगाऊपणाने त्याच्या खांद्याला आपल्या खांद्याने हिसका दिला.

"हल्लं!... खरं सांगा की राव!"

"काय न्हाई म्हणतो तर –"

"अॅऽहॅं! आता पन – कोन हुती ती बाई?"

"हुती आशीच. तुला काय करायचंय?"

"म्या वळखलंय तिला. बोडक्याची रंगू होती न्हवं का?"

या लबाड न्हाव्याने बाईला बरोबर ओळखले, हे पाहून मात्र पाटील मनात हादरला. फार घाबरून गेला. आता याने उद्या जर गावात बोंबाबोंब केली, तर आपली अब्रू जाईल, तिचीही जाईल आणि फार चमत्कारिक प्रसंग येईल, या विचाराने पाटील मनात भिऊन गेला. पण वरकरणी तसे न दाखविता तो म्हणाला,

"बरं मग? तुझं म्हननं काय?"

न्हावी साळसूदपणाने बोलला, "म्हननं काय आसनार? उद्या गावात समद्यांना जाहीर हुनार हे. मग तुमची सोभा काय ऱ्हायली?"

"न ऱ्हाऊ दे."

"आन तिचं कसं हुईल?"

"कुनाचं?"

"रंगूचं. बोडक्याच्या रंगूचं म्हनतो मी. तिला तोंड काढायला जागा ऱ्हाईल का गावात?"

"न ऱ्हाऊ दे."

"ऱ्हायलं! पन पाटलीनबाईस्नीबी कळलं हे, आन मग कमी-जास्त झालं, तर मग माज्याकडे न्हाई का काई."

पाटलिणीचे नाव काढल्याबरोबर पाटलाचा उरलासुरला धीर सुटला. आपल्या जहांबाज बायकोला जर ही गोष्ट कळली, तर ती आपल्याला खेटरानेच मारील. जोड्याजवळही उभे राहू देणार नाही. घरातून अक्षरशः हाकलून देईल आणि आपल्या माहेरची दहा-पाच माणसे बोलावून लाठ्याकाठ्यांनी चेचून काढील. सोडणार नाही... आपल्या जहांबाज बायकोचा हिसका पाटलाला पक्का माहीत होता. तिच्यापुढे बोलण्याची त्याची टाप नव्हती. म्हणून न्हाव्याने पाटलिणीचे नाव काढल्याबरोबर त्याच्या काळजात धस्स झाले. चेहरा एकदम पडला.

काकुळतीला येऊन तो म्हणाला,

"ए बाबा, आता पाया पडू का तुज्या? जरा तोंड आवळून बस. शपत हाये माजी."

न्हाव्याने अगदी नाइलाज झाल्यासारखा चेहरा केला. आपली गोळी बरोबर लागू पडली, हे लक्षात आल्यामुळे मनात खूश झालेला तो गडी साळसूदपणाने म्हणाला,

"तसा कसा खोटेपणा करावा? पाटलीनबाई मला धाकल्या भावासारखा मानती पयल्यापासून. तिच्यापासून आसली गोस्ट कशी चोरून ठेवू? छ्याः छ्याः! आपल्या बाच्यानं ते होनार न्हाई!"

पाटलाला मनातून फार संताप आला. पण तो गिळून तो शांतपणे म्हणाला,

"आरं, आसं करू नगंस. ऐक माजं."

न्हाव्याने मान हलविली.

"ऊंऽहूं."

"तुला काय लागंल ते देतो. मग झालं?"

हे ऐकल्यावर न्हाव्याने कान टवकारले. डोळे विस्फारले.

"काय देतोस?"

"काय तू म्हनशील ते."

"बघ. आईशपत?"

"अगदी आईशपत."

न्हाव्याने मग मनाशी किंचित विचार केला. पाटलाकडे एकदा टक लावून पाहिले. जरा थांबून तो म्हणाला,

"चार पायली ज्वारी दे बरं. आत्ताच्या आत्ता."

"देतो. पन तोंड बंद. कबूल?"

"कबूल. बंद म्हणजे बंद. अगदी डिंक लावतो व्हटाला. मग झालं?"

अखेरीस सौदा पटला आणि थोडक्यात निभावले, म्हणून पाटील मनात खूश झाला. त्याने चार पायली जोंधळे न्हाव्यापुढे ओतले, त्याचे चुमडे बांधून दिले आणि पुन्हा पुन्हा त्याला बजावून सांगत त्याची मळ्यातून रवानगी केली.

न्हावी खुशीत घरी आला. बायकोपुढे चुमडे टाकून म्हणाला,

"घे! आगं, लागंल तिवडी जवारी घे! सकाळपासनं वरडत हुतीस ना? घे आता!"

एवढी मोठी ज्वारी पाहून न्हाव्याची बायको चकितच झाली. नवऱ्याला चांगलेच ओळखून असणारी ती बाई तोंडावर हात घेऊन म्हणाली,

"आं? बया बया! एवढं चुमडं?"

न्हावी फुशारून म्हणाला, "तर मग!"

"कुटं डाकाबिका घातलास का काय?"

न्हावी तिच्याकडे रागावून बघत म्हणाला,

"डाका घालाय तुजा नवरा काय चोरभामटा हाये व्हय? किसन न्हावी म्हनत असत्यात लोक मला. डोस्क्यानं पैसा मिळवत आसतो मी. तू काय समजलीस?"

आणि त्याने मिशीला उगीचच पीळ भरला.

"डोस्क्यानं?"

"हां. परीस हुडकून काडलाय मी परीस. आता जे मागंन, ते मिळेल. हा: हा:!"

बोलता बोलता न्हावी हसला. एखादा ढग गडगडावा तसा हसला आणि मनाशीच बोलत राहिला. त्याच्या बायकोला काही कळले नाही. तिला वाटले की, नवऱ्याने काहीतरी गांजाबिंजा ओढला असावा किंवा दारूची बाटली ढोसली असावी. त्याशिवाय हे असलं अर्थशून्य बोलणं त्याच्या तोंडून बाहेर येणार नाही. घरात खायला अन्नाचा कण नाही आणि हा म्हणतो, की आपल्याला परीस सापडलेला आहे. आता आपण जे मागू ते मिळेल. काहीतरी खुळचटासारखा बोलतो आहे झालं! बघू या, काय करतो ते.

पण किसन न्हावी खुळचटासारखा मुळीच बोलत नव्हता. नीट विचार करून बोलला होता. पुढच्या सगळ्या गोष्टी त्याने मनात नीट जुळवून ठेवल्या होत्या.

चारदोन पायली ज्वारी त्याने आठपंधरा दिवस बसून झकास खाल्ली. निम्मीशिम्मी विकून मीठमिरची, तेल यांची सोय केली आणि दहापंधरा दिवस गडी निवांत बसून जेवला. दुसरा काहीही उद्योगधंदा त्याने केला नाही.

दहापंधरा दिवस गेले. घरातली ज्वारी संपत आली. तसा तो एके दिवशी उठला आणि चावडीवर गेला. पाटलाला म्हणाला,

"रामराम हो पाटील!"

पाटील एकटाच होता. ही पीडा पुन्हा इकडे का आली, हे त्याला समजले नाही. काम बाजूला सारून त्रासिक आवाजात तो म्हणाला,

"का रं लेका? का आलास सकाळच्या पारी?"

न्हावी मिस्कील आवाजात बोलला, "काय न्हाई उगीच."

"तरी पन –"

"काय न्हाई, जरा गहू दे रं दोन पायली."

"इकत."

"इकत कशापायी? बक्षीस दे."

पाटील चिडला. ओरडून म्हणाला,

"बक्षीस?"

"हां. हां."

"लेका, तू कोन रं? माजा जावई का इवाही? काय भंडारा हाय का लेका?"

पाटलाने न्हाव्याला शिव्या दिल्या. त्याच्या सगळ्या कुळाचा उद्धार केला. पण न्हावी चिकट भोकरासारखा तिथेच बसून राहिला. एक अक्षर बोलला नाही. पाटील शिव्या देऊन दमला आणि न्हाव्याकडे दुर्लक्ष करून पुन्हा कामाकडे बघू लागला.

किसन न्हाव्याने मग शीळ वाजवायला सुरुवात केली. थोड्या वेळाने तो भसाड्या आवाजात मोठमोठ्यांदा गाणे म्हणू लागला –

"रंगू बाजाराला जातीऽ हो जाऊ द्याऽ –"

त्याबरोबर पाटील चमकला. त्याचा चेहरा खर्रकन उतरला. एकदम खालच्या आवाजात तो म्हणाला, "हे रं काय लेका?"

"कुटं काय?" न्हावी मांड्यांवर दोन्ही हातांनी ताल धरीत म्हणाला, "गानं म्हनतोय मी आपलं... रंगू बाजाराला –"

"पयलं बंद कर तुजं गानं! –" पाटील काव येऊन ओरडला, "घेऊन जा घरनं गहू. पर मला आसं चिरडीला आनू नगंस गड्या."

"आता मी कशाला चिरडीला आनतोय तुमास्नी? आधीच व्हय म्हनाला असता तर...."

असं म्हणून न्हावी तिथून हलला. गालातल्या गालात हसत गेला. पाटलाच्या घरी जाऊन त्याने दोन पायली गहू घरी आणून टाकले.

मग महिना, दीड महिना त्याने पाटलाच्या नावाने पोळ्या खाल्ल्या. दोन्ही वेळेला खाल्ल्या. काही उद्योगधंदा न करता तो खुशाल घरी पडून राहिला.

तेव्हापासून त्याचा हा धंदाच झाला.

घरी काही कमीजास्ती जरूर पडली की, तो सरळ उठे आणि पाटलाकडे जाई.

‘तिळा उघड’ असं म्हटल्याबरोबर अलिबाबाच्या डोळ्यासमोर जशी संपत्तीची रास उभी राही, तसे त्याचे झाले. ‘रंगू’ एवढा शब्द उच्चारल्याबरोबर त्याच्या पायाशी नाही नाही त्या गोष्टी घेऊन पडू लागला. जर ही गोष्ट बाहेर फुटली, तर रंगूच्या घरची माणसं आपल्या अंगावर येतील, पाटलीण खेटरांनी पूजा करील आणि तिच्या माहेरची बलदंड माणसं मरेस्तोवर चोपून काढतील, या विचाराने घाबरलेला पाटील न्हाव्यापुढे अगदी शेळीसारखा झाला. न्हावी मागेल ते देऊ लागला आणि त्या धूर्त, लुच्च्या माणसाची मोठीच चंगळ उडाली. त्याच्या घरी हळूहळू ज्वारीचे पोते आले, गव्हाचे चुमडे, गुळाचे ढेकूळ आले, सरपणाचा ढीग पडला आणि काहीही उद्योग न करता न्हावी ते खात राहिला.

कुठल्याही नव्या गोष्टीची गरज पडली की, न्हावी पाटलाकडे जाई. मिस्कीलपणाने म्हणे,

“काय पाटील? रंगू काय म्हनतीय?”

– त्याबरोबर त्याला जे पाहिजे ते मिळे.

मधूनमधून पाटलाला असा दम भरून न्हाव्याने चांगलीच धन केली. दोन-चार महिन्यांत गडी सुधारला. त्याचे गाल वर आले. अंगावर तुकतुकी आली. निवांत खाऊन खाऊन त्याचे पोट चांगलेच सुटले.

पाटलाने काही दिवस धीर धरला. थोडक्यासाठी कशाला, म्हणून पहिल्यांदा त्याने फारशी तक्रार केली नाही. न्हाव्याला तो जे मागेल ते दिले. पण नंतर तो पस्तावला. न्हाव्याचा लोभ वाढतच गेला आणि आपण त्याच्या चांगले कैचीत सापडलो, हे पाटलाला कळून चुकले. त्याच्यावर काय उपाय काढावा, हे तो मनाशी शोधू लागला आणि काही मार्ग न सापडल्यामुळे मनातल्या मनात झुरत राहिला. त्याला दुसरे काही सुचेनासे झाले.

चार-दोन महिन्यांत पाटलाचे गाल बसले. तो फिकट दिसू लागला. छातीच्या फासळ्या मोजून घ्याव्यात, इतक्या वर आल्या. त्याचे दंड वाळले. मांड्या वाळल्या. गर्दन एखाद्या करकोच्यासारखी झाली. प्रदर्शनातल्या खोंडासारखा दिसणारा पाटील आता अगदी खोकडासारखा दिसू लागला. पाठीत पोक काढून चालू लागला. त्याच्या डोक्यावरचे पांढरे केस स्पष्ट दिसू लागले.

असे चार-दोन महिने लोटले आणि बाळंतपणाची सुट्टी आटोपून पाटलीण परत आली. पाटलाची तब्येत इतकी उतरलेली बघून तिला मोठे आश्चर्य वाटले. तिने चौकशी केली, तेव्हा काहीतरी उडवाउडवीची उत्तरे देऊन पाटलाने वेळ निभावून नेली. पण तरीही त्याची तब्येत आणखीच खालावली. गडी वरचेवर वाळतच चालला, तेव्हा मात्र तिला राहवेना.

मग एके दिवशी ती खनपटीलाच बसली. म्हणाली,

"सांगा, तुमाला काय हुतंय? कशापायी झुरताय एवढं?"

पाटील हसायचा निष्फळ प्रयत्न करून म्हणाला,

"हॅ: हॅ! काय तरीच तुजं बोलणं! आता झुरायला काय झालंय मला?"

"मग तुमाला गोड वाटत न्हाई का?"

"छ्या:!"

"मग काय भूतबाधा झाली म्हनावं?"

"तसलं काय न्हाई, उगी तू डोस्क्याला तरास दिऊ नगंस."

"मग काय झालं तब्येत उतरायला तुमची?"

"काय न्हाई –"

असं म्हणून पाटलाने एक मोठा सुस्कारा सोडला.

"आता सांगताय मला का डोस्कं फोडू तुमच्याम्होरं?"

रागारागाने असे बोलून पाटलीण उठली. तिने घरातला पाटावरवंटा समोर आणून ठेवला. डोके फोडायची तयारी केली.

गोष्टी अशा थरावर आल्यावर पाटील घाबरला. पाटावरवंटा बाजूला ढकलून तो ओरडला,

"आगं आगं! हे काय करतीस?"

"मग सांगा."

बायको अशी खनपटीलाच बसल्यावर पाटलाला मग मार्गच उरला नाही. बिचकत बिचकत अडखळत मान खाली घालून त्याने झालेला सगळा प्रकार बायकोला सांगितला. बोडक्याच्या रंगूशी आपले सूतगूत कसे जुळले, तिला आपण फडात कसे बोलावले, न्हाव्याने चुकून तो प्रकार कसा पाहिला आणि आतापर्यंत त्याने कसे लुबाडले, याचा सगळा इतिहास त्याने वर्णन करून सांगितला. मान खाली घालून हळूहळू सांगितला.

ही हकिकत ऐकून पाटलिणीचे डोके चढले. तिचा चेहरा लालबुंद झाला. नवऱ्याला तिने लाख शिवी मोजली. त्याचा नाही नाही त्या प्रकाराने उद्धार केला. शेवटी शिव्या देऊन तीच थकून गेली. अखेरीस म्हणाली,

"केलंत ते केलंत. इतके दिवस लपवून का ठिवलं माज्यापासनं ते सांगा. आधी का न्हाई सांगितला मला. बोला, आधी बोला!"

पाटील तिच्या माऱ्यानं अर्धमेला झाला होता. तो भीतभीत म्हणाला, "मला तुझी लई भ्या वाटली. म्हनलं तुला कळलं तर जोड्यानंच हानशील मला –"

"जोड्यानं हानशील म्हंजे? खेटरानंच बडिवलं असतं मी तुम्हाला."

पाटलीण असे संतापाने म्हणाली खरे; पण मनातून ती फार खूश झाली. आपला नवरा एवढा आपल्याला भिऊन आहे, इतका आपल्या ऐकण्यात आहे याचा

तिला अभिमान वाटला. आपल्या नवऱ्याविषयी तिला हळूहळू कौतुक वाटू लागले. एखाद्या लाडक्या, वांड जनावराकडे पाहावं तशी ती नवऱ्याकडे पाहत राहिली.

मग ती म्हणाली,

"बरं, जाऊ द्या. काय भिऊ नगासा आन जिवाला खाऊन घेऊ नगासा. मी बगून घेते त्या न्हावगंडाला. म्हणावं, बोंबल तुला काय बोंबलायचं आसंल ते. मी भेत न्हाई."

बायकोचे हे आश्वासन ऐकून पाटील खूश झाला. त्याच्या चेहऱ्यावर फार दिवसांनी हसू आलं. त्याने मान डोलावली.

"बराय! –"

"काय झालं तरी तुमी नर हायेसा. आवो, तुमच्या हातनं हे हुनार न्हाई तर कुनाच्या हातनं हुईल?"

"तर तर! –"

पण पुन्हा त्याला शंका आली. मग लाडेलाडे तो म्हणाला,

"आगं, पण बोडक्याच्या मानसास्नी जर हे कळालं तर मग?"

पाटलीण ठसक्यात म्हणाली,

"काय हुईल?"

"लई तर्कटी मानसं हायेत गं. मला हानतील कवातरी रानात."

"ऊं! हानत्यात! कोन माज्या नवऱ्याला हात लावतंय तेच बगती मी. माझ्या म्हायेरची पंचवीस मानसं आनीन मी. आगदी करवेल. हां! आन ठोकून काढील समद्यांना."

हे ऐकल्यावर पाटील भलताच खूश झाला. आता आपल्याला काही भीती राहिली नाही, याची त्याला खात्री पटली. आता येऊन जाऊन एकच गोष्ट राहिली. ज्या लुच्च्या न्हाव्याने आपल्याला दम देऊन लुबाडले, त्याची एकदा चांगली जिरवली पाहिजे. त्याशिवाय समाधान नाही होणार आपलं... त्या हलकट माणसाचे चांगले तोंड फोडले पाहिजे. अशी त्याला अद्दल घडविली पाहिजे, की पुन्हा त्याच्या थोबाडातून 'रंगू' हा शब्द बाहेर पडता उपयोगी नाही आणि काय गोष्ट घडली, याचा कुणाला पत्ता लागता उपयोगी नाही....

पाटलाने हा विचार बायकोला बोलून दाखविला, तेव्हा तिलाही ती गोष्ट पटली. मनाशी विचार करून ती म्हणाली,

"खरं हाये तुमचं. त्या मुडद्याला चांगला दनका दिला पाहिजे. त्याबिगार ते बेनं गप बसायचं न्हाई."

"मग?"

"तुम्ही ऱ्हावा बिनघोर. मी काडते कायतरी कळ."

असे म्हणून पाटलीण उठून गेली. मनाशी विचार करीत राहिली. पाटील आपल्या उद्योगाला लागला.

चार-दोन दिवस असे गेले.

पाटलाची बायको बाळंतपणाहून नुकतीच परत आली होती. त्यामुळे लेकराला बघायला, पाटलिणीशी गोष्ट करायला, गावातल्या आयाबाया रोज आंगडेटोपडे घेऊन येत होत्या. अशीच एक दिवशी न्हाव्याची बायको तिला दुपारचं आढळायला आली. बोलत बसली. गप्पावरून गप्पा सुरू झाल्या आणि शेवटी पोराबाळांचा विषय झाला.

मान हालवून पाटलीण म्हणाली –

"पहिली लेक झाली. त्याच्यावर मला पोरबाळच न्हाई. मला लई भ्या वाटायला लागली. पर तिवढ्यात एक बाबा भेटला. त्यानं मला अंगारा दिला खायाला. त्याचा शेवटी गुण आला बघा! –"

पाटलिणीने सांगितलेली ही हकिकत ऐकून न्हाव्याच्या बायकोने कान टवकारले. पोटी पोरबाळ नसल्यामुळे तिने आजपर्यंत पुष्कळ गंडेदोरे, नवससायास केले होते. पण कशाचाही उपयोग झाला नव्हता. तिला मूलबाळ झाले नव्हते. त्यामुळे रामबाण गुण देणाऱ्या अंगाऱ्याचा विषय निघाल्याबरोबर तिला उत्सुकता वाटली. गडबडीने ती म्हणाली,

"खरं म्हनताय काय पाटलीनबाई?"

"आता काय सांगावं! सांगोवांगीची गोष्ट नव्हं. मला सोतालाच अनुभव आलाय."

"मग मला तरी द्या तो अंगारा. हाये का?"

"बघते हां –"

असे म्हणून पाटलिणीने मनाशी किंचित विचार केल्यासारखे केले. मग घरात जाऊन शोधाशोध केली. शेवटी पेटी उघडून अंगाऱ्याची पुडी बाहेर काढली.

"हाये ग हाये! तरी म्हनलं, आठवनीनं ठिवली व्हती आन न्हाई कशी? पर आजून वाटतंय की तुला सांगावं का न्हाई?"

"आता काय सांगायचंय त्यात?"

"ह्यो नुसता अंगारा घेयाचा न्हाई. त्याची एक पद्धत हाये. ती केली तर गुन."

"काय सांगचाल ते करीन. द्या."

न्हाव्याच्या बायकोने उत्सुकतेने हात पुढे केला.

पाटलीणबाईंनी अंगारा देण्यासाठी आपलाही हात उचलला, पण एकाएकी परत मागे घेतला.

"ऊंऽहूं. तुला न्हाई जमायचं बाई!"

"काय झालं?"

"त्ये करायला नवरा मुठीत असावा लागतो. माजा नवरा माज्या ऐकन्यात हुता, म्हून जमलं. ह्ये तुला कुठून जमणार?"

पाटलिणीचे हे शब्द ऐकून न्हाव्याच्या बायकोला आपला मोठा अपमान झाल्यासारखे वाटले. या बाईचा नवरा मुठीत आहे आणि आपला नाही काय? काय म्हणेल ते करायला लावीन की. अशी काय त्याची टाप लागून गेलीय?

रागारागाने ती म्हणाली,

"तसं म्हणू नगा हां पाटलीनबाई. आमची मानसंसुदिक आमच्या ऐकन्यातली हायेत. न्हाई म्हनायची बिशाद न्हाई त्येंची. हां!"

"खरं?"

"आगदी खरं. बिनघोर सांगा तुमी. म्हनाल ते करीन."

न्हाव्याच्या बायकोने फुशारकीने ही गोष्ट चारदोनदा पाटलिणीच्या मनावर ठसवली, तेव्हा पाटलिणीने सुस्कारा सोडला. चेहऱ्यावर समाधान आणले.

"मग हारकत न्हाई. मग सांगते तुला समदं येवस्तेशीर. पर एकदा सांगितल्यावर झालं पायजे. मग मागं हाटून चालायचं न्हाई."

न्हावीण निग्रहाने म्हणाली,

"तुमी सांगा तर खरं."

"आसं करायचं –" पाटलीण खाजगी आवाज काढून बोलली.

"कसं?"

"नवऱ्यावर कुरघोडी करायची."

"कुरघोडी?"

"हां."

"म्हंजी?"

"म्हंजे नवऱ्याला गुडघ्यावर रांगायला लावायचं. घोडा घोडा करत्यात ना पोरं, तसं करायला लावायचं –"

"बरं, फुडं?"

"आन आपण त्येच्यावर बसायचं. त्येच्या तोंडात लगाम देयाचा आन 'झ्या झ्या' करायचं."

असं म्हणून पाटलिणीने हळूहळू सगळी पद्धत न्हाव्याच्या बायकोला समजावून सांगितली. त्यावरून न्हाव्याच्या बायकोला बोध झाला की, नवऱ्याला दोन्ही हात आणि गुडघे टेकायला लावून घोड्यासारखे हिंडवायचे. त्याच्या तोंडात लगाम द्यायचा आणि आपण वर बसून त्याला 'झ्या झ्या' करीत देवघरापर्यंत न्यायचे. तिथे दोघांनी जोडीने देवाला नमस्कार करायचा. पुन्हा कुरघोडी करायची. वर बसून 'झ्या झ्या' करीत परत यायचे. मग प्रसाद म्हणून अंगारा खायचा. हा उपचार जरा अवघड

आहे. बापई गड्याला तो तितकासा पसंत पडत नाही. पण केला तर गुण मात्र शंभर टक्के. हमखास पोरबाळ. मात्र हा प्रकार कुणापाशी बोलायचा नाही. कुणाला सांगायचा नाही. सगळा मामला गुपचूप झाला पाहिजे.

पाटलिणीने इतके सगळे सांगितल्यावर न्हाव्याच्या बायकोला अवसान चढले. मोठ्या ठसक्याने ती म्हणाली,

"एवढंच ना! मग हाये काय त्यात आवघड? आज रातच्यालाच मी करते. बगाच तुम्ही."

"नक्की?"

"आगदी नक्की."

न्हाव्याच्या बायकोने पुन:पुन्हा बोलून खात्री पटवली, तेव्हा पाटलीण खूश झाली. तिने अंगाऱ्याची पुडी तिच्या स्वाधीन केली. पुन्हा एकदा सगळ्या सूचनांची उजळणी केली. अंगारा कुठून मिळाला ते सांगू नकोस, म्हणून बजावले आणि तिचा निरोप घेतला.

मग पाटलीण घरी येताच पाटलाला म्हणाली,

"आज रातच्याला न्हाव्याच्या घरात मज्जा है."

पाटील आश्चर्याने म्हणाला, "आं? कसली मज्जा?"

"बगा तर खरं जाऊन तुमी. आंधार पडला की माळवदावर जाऊन बसा त्येच्या. आन बगा सवन्यातनं. उगी आपली गंमत बगा म्हंजी झालं."

काय प्रकार आहे, हे पाटलाला नेमके कळले नाही. पण न्हाव्याच्या घरी काहीतरी गमतीची गोष्ट घडणार आहे, हे त्याने ओळखले. मग तो कडुसं पडेपर्यंत थांबला. अंधार झाल्याबरोबर हालला. न्हाव्याच्या घराच्या मागच्या भिंतीवरनं चढून वर माळवदावर जाऊन बसला. मधूनअधून सवण्यातून वाकून बघू लागला.

थोडा वेळ गेला.

चांगली रात्र झाली.

सगळीकडे दाट अंधार पडला. जिकडेतिकडे निजानीज झाली. गाढ शांतता पसरली. आणि मग जेवणखाण करून देवळाच्या कट्ट्यावर गप्पा हाणायला गेलेला न्हावी डुलतडुलत सावकाश घरी परत आला.

घरी येऊन बघतो तो सगळा मामला बिघडलेला. अंथरुणे घातलेली नाहीत. खरकटी निघालेली नाहीत आणि कोपऱ्यात बायको फुरंगटून बसलेली.

न्हाव्याला काही कळले नाही. तो आश्चर्याने म्हणाला, "का गं? आशी का बसलीस? काय बिगडलं तुजं?"

बायको फणकाऱ्याने म्हणाली,

"मला नगा इचारू!"

"म्हंजे?"

"काय न्हाई."

"आगं, पण काय झालं त्ये तर सांग."

नवऱ्याने चार-दोनदा हा प्रश्न केला, आर्जवे केली, तेव्हा बायको खिन्न आवाजात म्हणाली,

"काय सांगायचं? रोजचीच कटकट. आज धा वर्स झाली लगीन हून. पर पोटाला पोरबाळ न्हाई. त्येनं माज्या जिवाला गोडच वाटत न्हाई."

तिच्याजवळ बसून न्हावी म्हणाला,

"आगं, मग त्येला कसं काय करतीस? ही काय आपल्या हातची गोष्ट हाये का? आँ? देवाची मर्जी आसली तर आजून हुईल."

"तसलं नगा मला सांगू! लई दिस झालं, मी ऐकतीया हेच."

"बरं मग?"

"मग काय? मी सांगंन तसं करनार का? तर फुडं बोलते."

"आगं, पर काय?"

"आधी व्हय म्हना. मंग फुडं."

नवयराबायकोची अशी बराच वेळ बोलाचाली झाली. शेवटी न्हावी कंटाळून म्हणाला,

"बरं बुवा, करीन तू म्हनशील तसं. आता सांग."

"बघा हां. न्हाई तर न्हाई म्हनचाल मागनं."

"न्हाई."

न्हाव्याची बायको थोडी थांबली. पोटापाशी खोवलेली अंगाऱ्याची पुडी काढून तिने नवऱ्याला दाखविली.

"ह्यो अंगारा मिळालाय. लई गुनकारी हाये म्हनं. खाल्ल्यावर मनाजोगतं हुतं."

बायकोचं हे बोलणं ऐकून न्हावी खो खो करून हसला. त्याच्या मनावरचे ओझे उतरले.

"हात्तिच्या मायला! एवढंच व्हय? आगं, मग खा की खुशाल. कोन नगं म्हनतंय? मापटंभर का अंगारा खाईनास!"

"तसं न्हवं."

"मग?"

"आधी कुरघोडी करायची. मंग खायाचा ह्यो."

"कुरघोडी?"

बायकोने ठसक्याने मान हलविली.

"हां."

"म्हंजे?"

मग न्हाव्याच्या बायकोने कुरघोडी म्हणजे काय ते सांगितले. अंगारा खाण्यापूर्वी हे पथ्यपाणी पाळणे कसे आवश्यक आहे, ते नवऱ्याला नीट समजावून दिले.

ते ऐकून न्हाव्याचा चेहरा बदलला. कसनुसा झाला. शेवटी तोंड वेडंवाकडं करून तो म्हणाला,

"आगं हॅट! कायतरीच खुळचटावानी काय सांगतीस? आपल्याला न्हाई कबूल."

मग बायकोही चिडली. रागारागाने म्हणाली,

"मी सांगीन तसं करीन म्हनला आन आता न्हाई म्हणता व्हय?"

"वा:! उगी काय वाटंल ते सांगशील तू. मी करावंच काय?"

"मंग न्हाई करणार?"

"ऊंऽहूं. आपल्याला न्हाई पटत."

"बरं, माज्या जिवासाठी करा. तुमाला न का पटंना!"

"छ्या:! भलतंच काय सांगतेस?"

असा संवाद बराच वेळ चालला. न्हाव्याच्या बायकोने नवऱ्याची आर्जवे फार केली, विनंत्या केल्या. पण न्हावी काही बधला नाही. 'नाही नाही' म्हणून तिला धुडकावून लावू लागला. मग मात्र न्हाव्याची बायको चिडली. तिचा संताप अनावर झाला. पोरबाळ होण्याची सोन्यासारखी संधी आलेली असताना आपल्या नवऱ्याच्या मूर्खपणाने ती हातची चालली, हे पाहून तिचे डोके फिरले. थाड्दिशी नवऱ्याच्या टाळक्यावर आपले डोके आपटून ती ओरडली,

"मग मारा आता मला! डोस्कं फोडा माजं!"

आणि तिने पुन्हा त्याच्या डोक्यावर आपलं डोकं आपटलं, बेभानपणे आपटलं. इतक्या जोराने, की न्हाव्याच्या सबंध मेंदूला झिणझिण्याच आल्या. त्याला काही सुचेनासं झालं. डोक्याला हात लावून तो घाबरून ओरडला,

"आगं आगं! हे काय करतीस?"

"मग काय तर! तुमाला पटत न्हाई माजं. सांगितलेलं ऐकायचं न्हाई. मंग जीव ठिवून काय करू?"

असे म्हणून तिने पुन्हा आपल्या डोक्याचा पवित्रा घेतला. नवऱ्याच्या डोक्याकडे खुनशीपणाने पाहिले.

त्याबरोबर न्हावी पुन्हा घाबरला. बायको एवढे म्हणते आहे, तर करू या कुरघोडी; नाही तरी कोण आपल्याला बघायला येणार आहे, असा विचार करून तो म्हणाला,

"बरं बरं! माजे आई, हून जाऊ दे तुज्या मनासारकं."

– आणि मग कुरघोडी झाली.

दोन्ही हात नि गुडघे भुईला लावून न्हाव्याने घोडा घोडा केला. बायकोने त्याच्या तोंडात दोरी अडकवली. लगाम हातात घेऊन ती त्याच्या पाठीवर बसली. 'झ्या झ्या' करून तिने लगाम ओढला, तेव्हा हे घोडे मुकाट्याने देवाघरची वाट चालू लागले.

चालता चालता गुडघ्यांना खरचटत होते, त्रास होत होता, पण हळूहळू न्हाव्याला मोठी गंमत वाटू लागली. बायकोला खूश करण्याच्या हेतूने तो म्हणाला–

"काय? कसं काय आहे घोडं?"

अखेर आपल्या तपश्चर्येला फळ आले, म्हणून बायकोही खूश झाली होती. मान हलवून ती म्हणाली,

"आता काय सांगावं? पंचकल्याणी हाये चांगलं. लई झ्याक!"

अशी ही मिरवणूक खोलीतून देवघरापर्यंत गेली. तिथे दोघेही नवराबायको देवाच्या पाया पडली. मग पुन्हा ही खाजगी मिरवणूक पहिल्या ठिकाणी परत आली.

इतका वेळ पाटील अगदी गुंग होऊन सवण्यातून हा प्रकार पाहत होता. बाहेर पडणारे हसू मोठ्या मुश्किलीने दाबीत होता. पण हा पंचकल्याणी घोडा मालकाला घेऊन परत खोलीत आल्यावर मात्र त्याला राहवले नाही.

तो एकदम 'खुक्' करून हसला. मोठ्यांदा खाकरला.

त्याबरोबर न्हावी चमकला.

बायकोला त्याने पाठीवरून एकदम ढकलून दिले. ताडकन उभे राहून त्याने कानोसा घेतला. मोठ्यांदा विचारले,

"कोन हाये?"

पण त्याच्या या प्रश्नाचे उत्तर काही आले नाही. बायको रागावून म्हणाली,

"कुठं कोन हाय? उगी काहीतरी भास झाला तुमाला."

"न्हाई गं. मी आवाज ऐकला चांगला. वरनंच कुटनं तरी आला. थांब –"

असे म्हणून न्हावी तरातरा उठला. आपला हा उद्योग कुणी पाहिला तर नाही, या विचाराने चुटपुट लागलेला न्हावी भराभरा जिना चढून माळवदावर आला. सबंध माळवद त्याने शोधून पाहिले.

– पण माळवदावर कुणी नव्हते.

दुसऱ्या दिवशी सकाळी पाटील चावडीत सरकारी बुके चाळीत बसला होता. सकाळची मोठी प्रसन्न वेळ होती. सोनेरी उन्हे सगळीकडे पसरली होती. लोक कामधंद्याला लागले होते आणि पाटील सरकारी बुके चाळीत बसला होता.

तेवढ्यात किसन न्हावी समोरून आला.

चावडीच्या पायऱ्या चढून तो वर आला, हे पाटलाने पाहिले. तो आगाऊपणाने आपल्या मांडीला मांडी लावून जवळ बसला, हेही त्याला दिसले. पण तो काही बोलला नाही. मान खाली घालून मुकाट्याने बुके चाळीत राहिला.

मग न्हावी काहीतरी गुणगुणू लागला. शीळ वाजवू लागला. तरीही पाटलाने तिकडे लक्ष दिले नाही.

थोड्या वेळाने न्हावी आपण होऊनच बोलला. मिश्कील आवाजात त्याने हाक मारली, ''पाटीलऽ –''

पण पाटलाने वर मान केलीच नाही.

न्हाव्याने हाकेचे उत्तर येण्याची थोडीशी वाट पाहिली. मग पुन्हा हाक मारली, ''पाटील! –''

पाटलाने वर मान केली. न्हाव्याकडे कुतूहलाने पाहिले. त्याने पाहिल्याबरोबर न्हाव्याचे लबाड डोळे एकदम लकाकले.

''पाटील! –''

संथपणे पाटलाने विचारले,

''काय रं?''

न्हावी हसला. खाजगी आवाज काढून म्हणाला, ''रंगू काय म्हणतीय?''

पण नेहमीप्रमाणे पाटलाचा चेहरा उतरला नाही. त्याने काही कळलेच नाही, अशी मुद्रा केली. हातवारे करून विचारले,

''काय म्हनलास?''

या खेपेस न्हावी जरा मोठा आवाज काढून म्हणाला,

''न्हाई, रंगू काय म्हणतीय?''

हा प्रश्न ऐकल्यावर पाटलाने न्हाव्याच्या डोळ्याला डोळा भिडवला. त्याच्याकडे टक लावून पाहिले. एकदा श्वास घेतला. सोडून दिला. मग संथ पण खणखणीत आवाजात तो म्हणाला,

''रंगू म्हणतीय, की पंचकल्याणी घोड्यावर बसून अंगारा खाऊ वाटतोय!''

– त्याबरोबर न्हावी ताडकन उडालाच. एक चकार शब्द बोलला नाही. त्याने चावडीखाली उडी घेतली आणि लांब टांगा टाकीत तो धूम घराकडे पळाला!

◻

जिवंत आणि मेलेले

तब्येत बिघडल्यामुळे नाना चेंगटाने अलीकडे सकाळी फिरायला जायचा नेम धरला होता. खरं म्हणजे दिवाळी झाल्यावर लगेच थंडीच्या दिवसातच हा नेम सुरू व्हायचा. पण थोडे कामाधामाचेही दिवस आणि बरीचशी थंडी. त्यामुळे चैत्र, वैशाख उजाडेपर्यंत चेंगटाला ती गोष्ट जमलीच नाही. पुढे उन्हाळा सुरू झाला आणि दिवस लवकर उगवायला लागला, तसा मात्र चेंगट सकाळचा उठून, हिंडून फिरून येऊ लागला.

उठल्याबरोबर चूळ भरायची अन् चापाणी करून बाहेर पडायचे. निघायचे ते थेट कदमाच्या माळावर जायचे. तिथल्या मारुतीला दंडवत घालून बाहेर पडायचे. निघायचे ते आपल्या रानाकडे सुटायचे. पीकपाणी बघून, कांदा-गाजर उपटून घराकडे पाय उचलायचे, असा नानाचा रोजचा नेम झाला होता. गेल्या बारा दिवसांत या उद्योगात कधी खंड पडला नव्हता.

आजही नाना नेहमीप्रमाणे परत निघाला होता. धोतराच्या सोग्यात गवारीचा ढीग होता. त्यावर पातीचे कांदे होते. धोतराच्या सोग्यातून हिरवीगार पात सगळ्या बाजूंनी डोकावत होती. नानाने एकंदरीत सोगा अशा पद्धतीने हातात धरला होता, की त्याच्या हडकुळ्या अंगातूनच हे हिरवेगार कोंब फुटले आहेत, असे पाहणाऱ्याला वाटावे. सगळ्या अंगाला झोले देत नाना आपल्याच नादात चालला होता. सूर्य चांगला वर आला होता, ऊन तापू लागले होते. पण सकाळच्या गार झुळका अजून अंगाला लागत होत्या. पायाखालची माती अजून गारेगार होती. झाडांच्या फांद्या उगीच हलल्या न हलल्यासारख्याच वाटत होत्या. कुठेतरी लांबच्या झाडावर पाखरे

कुलकुलत होती. गावातली माणसे आपापल्या रानाकडे, ओढ्याकडे निघालेली दिसत होती. परगावचा कुठला तरी एक पागोटेवाला म्हातारा तितक्याच म्हाताऱ्या तट्टावर बसून सावकाश सावकाश मोठ्या रस्त्याने निघाला होता. रोजची गडबड सुरू झाली होती.

हे सगळे बघत बघत आणि हातातला सोगा सांभाळीत नाना चेंगट रस्त्यावर आला. रस्ता पार करून गावच्या दिशेकडे वळला. एक अर्धीकच्ची जवळची वाट केराच्या कुंडाजवळून गेली होती, त्या रस्त्याने निघाला आणि कुंडापाशी आला. पावलं उचलता उचलता सहज कुंडाजवळच्या केराच्या ढिगाकडे लक्ष गेलं –

आणि चेंगट एकदम दचकला.

– म्हणजे? हा काय प्रकार?

रस्त्यावरच थांबून चेंगटाने न्याहाळून बघितले. मग दोन पावले पुढे सरकून डोळ्याला आडवा हात देऊन पाहिले. होय? त्याची खात्रीच पटली.

गावचा उकिरडाच तो. चांगला दोन-चार खण पसरलेला. त्यात काय नव्हते? केरकचरा, चिंध्या, कागदाचे कपटे, फुटक्या बाटल्या, गंजलेले पत्रे आणि या सगळ्यांचा मिळून एकच घाण वास. पण हे सगळे नेहमीचे होते. त्यात नवे काही नव्हतेच. जे नवे होते, ते एका बाजूला पडले होते. लांबूनच तो लहानसा मासाचा गोळा उन्हात चमकत होता. त्याला कसला तरी आकार होता. लांबी-रुंदी होती आणि आणखी काहीतरी होते. माणसाला सहजगत्या ओळख पटावी, असे काहीतरी ते होते.

मेलेले पोर?

चेंगटाच्या काळजात एकदम धस्स झाले! त्याने डोक्यावरून हात फिरवला. पुन्हा एकदम तोंडाचा 'आ' करून कुतूहलाने पाहिले. थोडेसे जवळ सरकून अदमास घेतला आणि त्याची खात्रीच पटली.

होय. ते मेलेलेच पोर होते. अपुऱ्या दिवसाचे. नुकतेच जन्मलेले. त्या लहानशा मांसाच्या गोळ्याला माणसाचा बराचसा आकार होता. कुणीतरी केव्हातरी हे पोर इथे टाकून आपले पाप लपवले असेल. केव्हा तरी कशाला? आज पहाटेच हा प्रकार घडला असला पाहिजे. नक्कीच गावातली ही काहीतरी भानगड आहे.

चेंगटाचे काळीज लटकन उडाले!

हातातला धोतराचा सोगा सांभाळून त्याने एकदम धूम ठोकली. पळतपळत घरी जाऊन भाजी भुईवर ओतली. चुलीसमोर बसून धुराने भरलेले डोळे पुसणाऱ्या बायकोला तो घाबऱ्या घाबऱ्या म्हणाला,

"आगं, काय भानगड झालीय कळली का तुला?"

चेंगट या प्राण्याबद्दल खुद्द बायकोचे मतही प्रतिकूल होते. आपला उद्योगधंदा

सोडून देऊन निष्कारण गावातल्या भानगडी चघळणारा हा पुरुष आहे, असे बायकोचे त्याच्याबद्दलचे प्रामाणिक मत होते. म्हणून चेंगटाचा घाबराघुबरा चेहरा पाहून ती संशयाने म्हणाली,

"काय नगा सांगू मला. तुमचाच उद्योग आसंल कायतरी, मला हाय ठावं."

"माजा उद्योग? शेबास!" चेंगटाचे तोंड आणखीन उतरले, "तू तर अगदी कम्प्लीट कमाल करतीस!"

"कायबाय रोजच्याला चालल्यालं आसतंय की तुमचं! कंदी धड घरी येयाचं ठावं हाय का तुम्हाला! काय तरी भानगड काढून, उराला वाळू लावून तुमी घरी येणार."

"छ्या: छ्या:! आपन नसतो हां तसल्या काही भानगडीत. उगीच बोलशील आन समदे बोंबलतील माज्या नावानं. रिकामी पीडा नगं."

एवढ्यात धूर संपला. लाकडं पेटून चांगला जाळ झाला. चेंगटाच्या बायकोला जरा बरं वाटलं. कधी नव्हे ती सरळ बोलली,

"म्हंजे काय, झालं काय?"

"आगं, उकिरड्यावर प्वार सापडलंय मेलेलं."

"मेल्यालं प्वार? आगं बया!..." बायकोनं एकदम तोंडावर हात घेतला.

"म्हंजी जलमल्यालं प्वार मेल्यालं घावलं?"

"मग! जलमल्यावाचून मरतंय का ते? तू तर लई शाणीच दिसतीस मला."

"तसं न्हवं."

"मग कसं?"

"मला वाटलं, जलमलं आन मेलं का मेल्यालंच जलमलं?"

"ते कोन बगाय गेलंय?"

"हाय तरी कुटं?"

"गावाभायेरच्या उकिरड्यावर."

"आगं बया."

"मी आधी बघितलं म्हणून वरडू नगंस कुनाजवळ. न्हाईतर इनाकारण कार हुईल."

एवढं बोलून चेंगट तिथून सुटला ते थेट गणामास्तराकडे आला. गणामास्तर बाहेरच्या ओट्यावर बसून दाताला मिसरी लावत होता. पलीकडे रामा खरात लिंबाची काटकी तोंडातून फिरवीत होता. बाकी ओट्यावर कुणी नव्हतं. या दोघांनाच बघून चेंगटाची निराशा झाली. कसनुसं तोंड करून तो म्हणाला,

"अरारारा... समदी गँग आपली कुठं गेली?"

चेंगटाच्या बोलण्याकडे लक्ष न देता रामा दात घाशीत राहिला. गणामास्तराने

डाव्या हातातली सगळी तंबाखू दाताला लावून संपविली. चूळ भरली. खाकरून खोकरून ओकाऱ्या काढल्या. मग स्वच्छ पाण्याने पुन्हा चूळ भरून तो शांतपणे बोलला,

"काय चेंगट, आज सकाळचं काय काढलंस?"

चेंगट हातानं चुटक्या वाजवीत घाईगडबडीत म्हणाला,

"गावाबाहेरच्या उकिरड्यावर–"

"लई कचरा झाला?"

"कचरा न्हवं."

"मग?"

"प्वार मेल्यालं."

"कशावरनं?"

"मी सोता बघितलं."

गणामास्तर आश्चर्याने चेंगटाकडे बघत राहिला. उकिरड्यावर अन् मेलेलं पोर? आणि चेंगटाला दिसलं?

रामा खरात तोंडातली काडी बाहेर काढून म्हणाला,

"ए चेंगट्या, लेका नीट बगितलंस का? का घाईगडीबडीनं बगून आलास पळत इकडं?"

चेंगट गयावया करून म्हणाला,

"न्हाई न्हाई, मी नीट बगितलंन. आसं काय करताय?"

"न्हाईतर लेका, आसंल डुकराचं न्हाईतर कुत्र्याचं पिलू."

"आता काय करावं? अहो, शेंटपशेंट मानसाचं पोर हाये. समक्ष बघितल्याली गोस्ट हाये."

चेंगटाने छातीवर हात ठेवून ही गोष्ट सांगितल्यावर मात्र दोघेही गडबडले. यात काहीतरी तथ्य आहे, असं त्यांना मनापासून वाटू लागलं. त्यांनी चेंगटाला आणखी काहीतरी प्रश्न विचारले. त्यातून त्यांना एवढाच पत्ता लागला, की गावाबाहेरच्या उकिरड्यात एक पोर पडलेलं आहे. ते मेलेलं आहे आणि ते नुकतंच जन्मलेलं आहे. चेंगटाने ही गोष्ट स्वतःच्या डोळ्यांनी पाहिलेली आहे.

"जा, बाकीच्या मंडळींना सांग जा."

असे म्हणून रामाने चेंगटाला दुसरीकडे लावून दिले. मग दोघेही घरात जाऊन घाईघाईने चहा प्याले आणि अंगात सदरा, टोपी अडकावून भराभरा त्या ठिकाणी येऊन पोचले.

चेंगटापेक्षा चेंगटाच्या बायकोने आपली कामगिरी चोख बजावली होती. त्यामुळे तासा-अर्ध्या तासात बरीच मंडळी तिथे दाखल झाली होती. गणामास्तर आणि रामा

खरात आले; त्या वेळी उकिरड्याशी पंधरावीस माणसे, बाया पोरं गोळा झालेली दिसली. कुणी लांब रस्त्यावर उभे होते, तर कुणी जवळ जाऊन वाकून पाहत होते. चेंगट स्वत: होताच. हे दोघे आल्यावर तो गर्दीतच उभा राहून मोठ्यांदा हसला,

''गणामास्तर, रामा, लांबनंच बगा बरं का. अंगाला हातबीत लावू नका. न्हाई तर भलतीच आफत हुईल.''

''कसली आफत?'' कुणीतरी विचारलं.

''आवो, आपुन हात लावायचा आन बोटं उमटायची आपली तेच्यावर. पोलीस आले म्हंजे ठसं घेतात अंगाचे सबंध. आपला आंगठा त्यात सापडला म्हंजे पंचाईत नाही का?''

''कसली पंचाईत?''

''भले! अलीकडे ठशावरनं गुन्हेगार माणूस वळखत्यात म्हणं. पोलिसाला आपला ठसा सापडला म्हंजे मग? आपुनच गुन्हा केलेला हाय, असं न्हाई का वाटायचं पोलिसाला?''

''व्हय व्हय, हे खरं हाये.''

''जावं लागंल दानाला फुकट. एकदम फासावर दाखल.''

चेंगटाची ही बडबड आणखी पुढे चालू राहिली असती. पण तेवढ्यात बाबू पैलवान येताना दिसला. त्यामुळे तो एकदम गप्प बसला. बोलण्यासाठी उघडलेले तोंड त्याने घाईघाईने मिटले. आता बाबू काय करतो, हे तो उत्सुकतेने बघू लागला.

बाबूने आल्या आल्या डोक्याचा पटका काखेत धरला. मग जवळ जाऊन न्याहाळून पाहिले. दोन मिनिटे बघितल्यावर तो तोंड वाकडे करून मंडळींच्या गर्दीकडे परत आला. समोर तोंडाचा 'आ' करून त्याच्याकडे बघत असलेला चेंगट त्याला दिसला. त्याच्या बगलेत एक गुद्दा हाणून तो कर्कशपणे ओरडला,

''कुणाचा ह्यो उद्योग हाये रं चेंगटा?''

चेंगट कळवळून म्हणाला,

''आता मला काय म्हाईत बाबूराव?''

रामा खरात बोलला,

''कुनातरी बाईमानसाचं काम हाये. मी नक्की सांगतो.''

बाबूरावानी पुन्हा तोंड वाकडं केलं.

''मग ह्यात काय तू विशेष सांगितलंस? पोरं लेका बाईलाच हुत्यात ना? का बाप्यागड्याला? तू तर मर्दा चित्तरच हायेस निव्वळ.''

''तसं नव्हं बाबू –''

''मग कसं?''

''बाईमान्साची भानगड म्हणजे – हितं आनून बी तिनंच टाकल्यालं आसनार.''

"ते कशावरनं?"

"उगीच बोभाटा नगं म्हणून फाटच्यापारी केलं आसनार काम ह्यो."

गणामास्तर मध्येच तोंड घालून म्हणाला, "का रं... मला तर गड्या वाटतंय – बाईला प्वार झालं आन गड्यानं हितं आनून फुडला कारभार केला."

चेंगटानेही मान हलवली.

"मलाबी आसंच वाटतंय."

"तू लई शाना मानूस. गप्प पड."

एवढं संभाषण झाल्यावर बाकीची माणसंही बोलू लागली आणि निरनिराळ्या बोलण्याचा, तर्ककुतर्कांचा एक धुराळा उडाला. नेहमीप्रमाणेच कुणाचेही एकमत होईना. हां, एवढी गोष्ट मात्र सगळ्यांना पटली की, ही काहीतरी भानगड आहे. ज्या अर्थी मूल उकिरड्यावर टाकण्याचा उद्योग कुणीतरी केला आहे, त्या अर्थी ही सरळ गोष्ट नव्हे. एखादी नवऱ्याची बाई साकसुरत बाळंत झाली आणि तिने आपले मूल कोठेतरी कचऱ्यात टाकून दिले, असा प्रकार कधी ऐकण्यात नाही. त्या अर्थी ही काहीतरी चोरटी भानगड आहे हे नक्की. दुसरीही गोष्ट सगळ्यांनी मान्य केली की, हे पोर एखाद्या बाईलाच झालेलं असणार. गड्यामाणसाला पोरे होण्याची चाल आपल्याकडे तरी निदान नाही. तेव्हा यात कुठल्यातरी बाईचा संबंध आहे हे नक्की. हां, बाई म्हटल्यावर गडी आलाच, हे कबूल आहे. असले चोरटे धंदे करायला एक माणूस पुरा पडत नाही. तेव्हा कुणीतरी पुरुषही यात असणार. आता प्रश्न एवढाच की, हा पुढचा उद्योग एकट्या बाईने केला की दोघांनी मिळून केला? काहींचे म्हणणे पडले, की नुसत्या बाईनेच आपले पाप झाकण्यासाठी हा प्रकार केला असावा. दुसऱ्या काही विद्वानांचे म्हणणे दिसले की, एवढ्या अपरात्री किंवा पहाटे गावाबाहेर पोर टाकण्याचे धाडस बाईमाणसाकडून होणार नाही. पुरुषमाणसानेच हा कारभार उरकला असला पाहिजे. हा एवढाच मुद्दा वादग्रस्त राहिला. त्या पोराने आपणहून चालत इथे येऊन हा उद्योग केला नाही, या बाबतीत मात्र सगळ्यांचा होकार दिसला.

वादविवादाचा धुराळा थोडा खाली बसल्यावर चेंगट उत्साहाने पुढे सरकून म्हणाला,

"रिकाम्या गोष्टीवर का टकुरं खाजवीत बसलाय? कुणी का आसंना. ही भानगड करणारं गावात कोन हाये, याचा तपास लावाय पाहिजे. कोन आसंल बरं तिच्या मायला?"

शिवा जमदाडे एवढ्यात तिथे येऊन दाखल झाला होता आणि एकेकाचे बोलणे लक्षपूर्वक ऐकत होता. आता त्याला बोलण्याची संधी मिळाली. तो पुढे सरकला.

"पाप गावात लई. एकापेक्षा एक भानगडखोर माणसं गावात. कुनाचं म्हनून नाव घ्यावं?"

बाबू संतापाने हातवारे केले.

"हे, हे... ह्यानंच मला कुस्तीत येश यीना. दर म्हैन्याला कायतरी भानगड हायेच गावात. पापाचं अन्न खाल्ल्यावर माझ्या हाताला येश कसं देनार मारुतराया?"

"मी म्हनतो मानसं आसंनात का तशी, पण बायानीसुदीक ताळतंत्र सोडला म्हणजे कमाल झाली."

"आयला, कोन बाई आसंल बरं ही?"

बाईचं नाव निघाल्यावर चेंगटाच्या डोक्यात एकदम लखकन प्रकाश पडल्यासारखा झाला. त्याला उगीचच आनशीची आठवण झाली. सुताराची आनशी तर नसेल? असेलही, त्याचा काय नेम सांगावा? ती बाई पहिल्यापासून नटरंगी आहे. तोंडाला येईल ते बोलते. कुठेही गप्पाटप्पा करीत बसते. पहिल्यापासून जरा आगाऊपैकीच काम आहे. तीच असेल. दुसरं कोण असणार?

चेंगटाने इकडेतिकडे न्याहाळून पाहिले. बायबापड्यात आनशी नव्हती. सगळ्या गावची ढालगज बाई. आणि अशा महत्त्वाच्या वेळेला आलेली नाही म्हणजे काय? नक्कीच काहीतरी काळंबेरं आहे खास.

चेंगटाने जसजसे डोके खाजवले, तसतसे त्याला आनशीचे नाव जास्तीजास्तीच बरोबर वाटू लागले. पण ते एकदम मोठ्यांदा उच्चारायचे धाडस होईना. म्हणून त्याने बाबू पैलवानाला डोळ्याने खूण करून बोलावले. बाबू जवळ आल्यावर त्याच्या खांद्यावर हात ठेवून तो त्याच्या कानात म्हणाला,

"बाबूराव, मला तर शंक्या येती."

"कसली?" बाबू उगीचच गुरगुरला.

"आनशी तर नसंल?"

"हॅड्? गाढव हायेस चेंगट्या तू –" असे म्हणून बाबूने त्याचा हात एकदम हिसकला आणि त्याला जोरात बाजूला ढकलले. बेसावध असल्यामुळे चेंगट एकदम रामा खराताच्या अंगावर कोसळला. रामाही गहाळच होता. तो चार-दोन माणसांच्या पेंडक्यावर एकदम पडला. त्या माणसाने घाईघाईने रामाला मागे ढकलले, तेव्हा रामा पुन्हा चेंगटाच्या अंगावर आला आणि टपली खाऊन चेंगट परत बाबूच्या खांद्यावर लटकला. बाबूने एखादे झुरळ झटकावे, तसा पुन्हा चेंगटाला बाजूला टाकला. थोडा वेळ धमाल उडाली.

रागारागातच मग चेंगटाचा कान धरून बाबूने त्याला उठविले. हलक्या आवाजात तो म्हणाला, "लेका, वाटंल तिचं नाव घेतोस? एक दिवस तोंड फोडून घेशील की रे! आनशी तसल्यातली बाई न्हवं."

"निव्वळ चाबरट बाई हाय बाबूराव ती." चेंगट कसाबसा तोल सावरत बोलला.

"चाबरट आसंल. पण भानगडखोर न्हवं. तिचा नवरा कसला तर्कटी हाये

म्हाईत न्हाई का तुला?... आसं काय झालं तर तो तिला कच्चा खाईल. आन सासू तिची उभी जाळंल. हाय ठावं?''

चेंगटाला ही गोष्ट पटली. आनशीचा नवरा आणि सासू दोघेही खाष्ट होते. ते आनशीला असली काही गोष्ट करू देणार नाहीत, ही गोष्ट मात्र खरी. तेव्हा ती नसावी बहुतेक. पण मग कोण?

चेंगट आणि बाबू पैलवान यांचे हे बोलणे लोकांना नीटसे कळले नाही. कान टवकारूनही त्यांना मुद्याचा शब्द ऐकू आला नाही. त्यामुळे त्यांची निराशा झाली. चेंगटाने कुठल्या बाईचे नाव काढले, हे ऐकण्याची त्यांना उत्सुकता होती. पण बाबूने त्याला एकदम घोळसला, हे पाहिल्यावर या बाबतीत काही पुढे विचारण्याची हिंमत कुणाला झाली नाही. सगळे चुळबुळ करीत उभे राहिले.

कुणीतरी एक जण म्हणाला,

''ती – ती तर नसंल?''

''कोण?''

सांगणाऱ्याला काही नाव आठवेना. कपाळाला आठ्या पाडून, डोळे बारीक करून त्याने विचार केला. पण तरी त्याला काही आठवेना.

''आवो, ती हो? गोरीपान, इरकलचं कोरं लुगडं नेसती ती? आशी आशी उंच हाये बगा. इटोबाच्या देवळात कुठंतरी राहत होती –''

रामा खरात उपरोधिक सुरात म्हणाला,

''आशी आशी अं? म्हंजे काय समजावं?''

''हिंडती की हो गावातनं कधीमधी. पोटुशी हाये बगा.''

''तुजं बरं लक्ष तिकडं जातं?''

''आता दिसतंय ते सांगितलं.''

''शाना हायेस फार. कुठल्याबी चांगल्या बाईची आब्रू काढशील भायेर आशानं तू. हॅट् लेका.''

''तसं न्हवं –''

''आता पुन्हा बोललास तर गुच्चीच हानतो बग दाताडावर. सांगून ठेवतो.''

रामाने दातओठ खाऊन हे शब्द उच्चारल्यावर शंका काढणारा माणूस हबकला. हळूहळू मागं सरकला आणि गर्दीतल्या चार माणसांच्या मागं गेला. तिथनंच वाकून बघू लागला. पुन्हा सगळे स्थिरस्थावर झाले.

पहिले दोन्ही प्रसंग ओळीने असे घनचक्करच घडल्यामुळे नावनिशिवार त्याची चर्चा करण्याची हिम्मत कुणालाच होईना. जो तो मोघमच बोलू लागला. झाला हा प्रकार फार वाईट आहे आणि असले प्रकार पुन्हा होता उपयोगी नाहीत, एवढे सगळ्यांनीच एकमेकांना बजावून सांगितले. आपण कुणाचे नाव घेऊ नये, ही गोष्ट

खरी; पण हा उद्योग कुणी केला, याचा छडा लावणे आवश्यक आहे. थोड्या वेळात पोलीसपाटील अन् सरकारी माणसे येतील. पंचनामा होईल. मेलेला जीव पुरून टाकतील. पण ही भानगड कुणाची होती आणि कशी घडली, याचा पत्ता नेहमीप्रमाणे मुळीच लागणार नाही. असे होता उपयोगी नाही. पापी माणसाला शिक्षा ही झालीच पाहिजे. गावातली घाण काढलीच पाहिजे. म्हणून या प्रकरणाचा नावनिशीवर पत्ता लागलाच पाहिजे. ही गोष्ट अशी वाऱ्यावर सोडून देता उपयोगी नाही. पण हा पत्ता आता लागावा कसा?

काहीतरी महत्त्वाची गोष्ट आठवल्यासारखा चेहरा करून ज्ञानू वाघमोडे म्हणाला,

"ती... ती म्हातारी कोण रं चेंगट? पडक्या देवळात होती ती? बायाबापड्यांना, पोरांना औषधपानी करती ती?"

"कोण, जनाबाई म्हंतोस काय?"

"व्हय व्हय, जनाबाईच."

"तुझी कमाल झाली ज्ञानू आता." चेंगटाने दोन्ही हात जोडले.

"आरं, ती साठ-सत्तर वर्षांची म्हातारी आन् तिनं भानगड केली आसंल म्हंतोस? भले!"

हे ऐकल्यावर सगळीकडे हशा झाला. बायादेखील तोंडाला पदर लावून हसू लागल्या.

ज्ञानू त्याच्या अंगावर खेकसून म्हणाला, "आरं, गप्प की चेंगट्या! मी इचारतोय काय अन् तू सांगतोस काय?"

वाघमोड्याला काही निराळे सांगायचे आहे, हे गणामास्तरच्या ध्यानात आले. तो उत्सुकतेने बोलला,

"म्हंजे कसं कसं म्हणतोस ज्ञानू?"

"आरं ती जनाबाई समद्यांना औषधपानी करत न्हाई का. बायकांत तिचं लई उठनंबसनं हाये."

"बरं मग?"

"तिनंच दिलं आसंल औषध कुणालातरी. मी नक्की सांगतो. म्हणूनच ही गोष्ट झाल्याली हाये. तिला धरा. बराबर सापडतीय बाई."

ज्ञानू वाघमोड्याचा हा मुद्दा एकदम सगळ्यांना पटला. खरी गोष्ट आहे. त्या म्हातारीनेच काही देशी औषध दिलं असेल आणि सोडवलं असेल एखाद्या बाईला. तिला धरले की बरोबर सापडणार आहे. ही ठीक गोष्ट झाली.

बाबू पैलवान मांडी हलवून म्हणाला,

"म्हातारी तोळाभर सोनं राखून हाये. परवाच मी मागितलं. नड हुती म्हणून. कुस्ती हुती एक सा म्हैन्यानी. खुराक लावायचा हुता. पर लई खट म्हातारी.

हानबिगार दिलं न्हाई. हे आसले धंदे करून करूनच सोनं गोळा केलं आसंल, तिच्या मारी आता आलं ध्येनात.''

बाबूची ही हकिकत ऐकून सगळ्यांची आणखी खात्री पटली. काही जण तर ताबडतोब त्या म्हातारीकडे निघण्याच्या बेतात होते. पण तेवढ्यात गर्दीतली एक बाई म्हणाली,

''उगीच कुनावर बी आळ घेयाचा म्हंजे काय रं? करनारी करून गेली आणि या गरिबावर धाड व्हय तुमची!''

चेंगट मध्ये तोंड घालून म्हणाला,

''आसली मानसं दिसायला लई गरीब दिसत्यात. पर आतनं लई जालीम असत्यात. मला हाये ठावं.''

''तुला काय मुडद्या ठावं हाये?''

''ऱ्हायलं.''

''जनाबाई तशातली न्हवं.''

''बरं नसू द्या.''

''आन बरं आठवलं दोडा. म्हैना झाला ती इथं न्हाईच की! नातीच्या बाळंतपणाला गेलीय.''

एक महिना झाला, जनाबाई इथं गावात नाहीच ही माहिती ऐकून पुन्हा सगळ्यांची निराशा झाली. ही भानगड बाहेर येण्याचा हा एवढाच मार्ग होता. तोही बंद झाला. म्हणजे संपलंच सगळं. आता याचा छडा लागायचा कसा?

पुन्हा काहीतरी बोलणी सुरू झाली. कुणी काही, कुणी काही बोलू लागले, आपापला अंदाज सांगू लागले. पण त्यात काही दम नव्हता. आता ऊन चढले होते. डोक्यावर चांगले चपचपत होते. वारा अगदी पडला होता. पायाखाली चटचटू लागले होते. बोलण्यातूनही काही निष्पन्न होत नव्हते. तेव्हा आता घरी जाणे हे बरे, असे सगळ्यांनाच वाटू लागले होते. चारदोन जण निघालेही बाकीचे उगीचच चुळबुळ करीत उभे राहिले.

तेवढ्यात पोलीसपाटील आणि सरकारी माणसांचा घोळका तिथे येऊन पोचला.

पोलीसपाटलांचा फेटा मोठा भपकेबाज होता. तोंडावर मिशाही भारदस्त होत्या. त्यामुळे सगळ्यांनाच त्यांना पाहिल्यावर दरारा वाटत असे. यामुळे हा घोळका आल्याबरोबर माणसे धाकाने मागे सरकली. पण मान उंचावून काय घडते, ते उत्सुकतेने पाहू लागली.

दोन्ही हातात आडवी छत्री धरलेल्या पाटलांनी पहिल्यांदा उकिरड्यावर जाऊन त्या मेलेल्या जिवाचे निरीक्षण केले. इकडे-तिकडे जरा फेऱ्या मारल्या. त्याच्याबरोबर बाकीच्याही माणसांनी त्या प्रकारचे सूक्ष्म निरीक्षण केले. मग पाटील गर्दीकडे बघून

आपल्या माणसाला मोठ्यांदा म्हणाले, ‘‘पंचनाम्याला कोण कोण थांबतंय इच्चारा बरं.’’

हे ऐकल्याबरोबर बरीचशी माणसे ताबडतोब हलली. आपापल्या पोरासोरांना पुढे करून बायका निघाल्या. रिकामटेकडे लोक त्यांच्या मागोमाग सटकले. कुस्तीच्या भानगडीत ही आणखी पीडा नको, म्हणून बाबू पैलवान गेला. तो गेला हे पाहिल्यावर गणामास्तर आणि रामा खरातही काहीतरी आठवल्यासारखे करून त्याच्या पाठोपाठ गेले. नाही म्हणायला चेंगट मात्र पुढे काय होते, हे बघण्यासाठी तसाच उभा राहिला. तो काही हलला नाही.

पोलीसपाटलांनी त्याच्याकडे एकदा टवकारून पाहिले. मग ते म्हणाले,

‘‘काय चेंगट, कसं काय?’’

चेंगट हसून म्हणाला,

‘‘हाय, बरं हाये.’’

‘‘पंचनाम्याला थांबणार म्हण की.’’

‘‘थांबू की. आपल्याला काय?’’

‘‘खरं हाये.’’

असे म्हणून पाटलांनी पुन्हा एकदा त्याच्याकडे टवकारून बघितले. मग त्या मेलेल्या पोराकडे वाकून पाहिले.

‘‘तूच पहिल्यांदा पाहिलंस न्हवं का हे प्वार?’’

‘‘मी –’’ असे म्हणून चेंगट चाचरला. ‘होय’ म्हणणे कितपत सुरक्षित होईल, याचा तो विचार करू लागला. तेवढ्यात पाटील म्हणाले,

‘‘या पोराचा तोंडवळा मर्दा मला तुझ्यावाणीच दिसतोय. आं? काय गोष्ट आहे खरी?’’

पाटलाचे हे बोलणे ऐकताच चेंगट एकदम उडालाच. ‘‘छ्याः छ्याः! काय चावटपणा पाटील ह्यो? आपुन आसला उद्योग कधीच करीत नसतो.’’

एवढे घाबरटपणे बोलून त्याने एकदम धूम ठोकली. गावात शिरेपर्यंत पुन्हा त्याने मागे वळून पाहिले नाही.

पाटील आणि त्यांची माणसं मनापासून हसली. हसणे संपल्यावर पाटील चुटक्या वाजवीत म्हणाले,

‘‘हां, आता सुरू करा आपलं काम निवांत. नेहमीसारखं पद्धतशीर झालं पायजे. हां, मग कुनी का आसंन. चारदोनशाला मरण नाही....’’

□

पंचनामा

अंधार करकचून पडला होता आणि वाट वेडीवाकडी होती. ठिकठिकाणी वळणे होती. चाकोऱ्या कमीजास्त झालेल्या होत्या. काटेकुटे, दगडधोंडे आणि खड्डे होते. चालणाऱ्याच्या पायाला काटा तरी मोडत असे, नाही तर खळग्यात पाय जाऊन त्याचा पाय तरी मुरगाळत असे. अंधार इतका गडद पसरला होता की, डोळे फाकून खाली बघितले, तरी स्वत:चे पायसुद्धा दिसत नव्हते. आभाळात चार-दोन मोठे ढग वेडेवाकडे उगीचच पसरले होते. त्यांच्या फटीतून एखाददुसरी चांदणी चमचमताना दिसत होती. आदल्या दिवशी नुकताच थोडा पाऊस पडून गेला होता. त्यामुळे जमीन गारवट लागत होती. वाऱ्याची एखादी झुळूक अधनंमधनं सुटत होती आणि डोक्याचे केस फडफडवीत होती.

सगळीकडे अगदी स्तब्ध होते. कुठेतरी लांबवर रातकिड्यांचे गाणे मधूनमधून सुरू होत होते आणि बंद पडत होते. बाकी कुठेही, कसलाही आवाज नव्हता.

गाडीवाटेच्या दोन्ही बाजूंनी दहा-बारा माणसे गपचिप चालली होती. झपाझपा पाय उचलीत वाट कापीत होती.

थोडा वेळ असा शांतपणे गेला आणि मग नारायण कॉन्स्टेबल वाटेवरच्या मधल्या तरवडाच्या झुडपाला एकाएकी अडखळला आणि पाय अडकून धपदिशी पडला.

खाली पडल्याबरोबर त्या तरवडाच्या बारीकमोठ्या फांद्या, फुले त्याच्या तोंडावर गपकन बसली आणि तो कळवळून ओरडला,

“आई गंऽ!... मेलो! मेलो!”

ढेरी आवळून फौजदार डुलतडुलत स्वत:च्याच तब्येतीत चालत होता. एकदम आरडाओरडा झालेला पाहून तो दचकला आणि थांबला. लटालटा हलणारी त्याची ढेरी नंतर थोड्या वेळाने थांबली.

अंधारातनं बघण्याचा व्यर्थ खटाटोप करीत तो म्हणाला,

"काय झालं रे?"

कुणीतरी बोलले,

"नारायण पोलीस –"

"त्याला काय धाड आली?"

"तरवडाला धडकला आन् पडला."

"हात त्याची मी!"

एवढा संवाद होईपर्यंत नारायण पोलीस उठला होता. त्याचा पाय थोडासा मुरगाळला होता. तोंडावरही ओरबाडे निघाले होते. पण त्याहीपेक्षा आपल्या फजितीने त्याला शरमल्यासारखे झाले होते. ट्रेनिंग घेऊन नुकताच तो तालुक्याच्या गावी कामावर रुजू झाला होता. आपण चांगली कामगिरी बजवायची आणि फौजदाराला खूश करायचे, असे बेत त्याने मनाशी रचले होते. सुदैवाने आठ-पंधरा दिवसांतच ही कामगिरी आली होती आणि तो उत्साहाने निघाला होता. पण काम लांबचे होते. वाटेतच त्याचा पाय मुरगाळला होता.

पाय थोडासा चोळून त्याने जमिनीवर झाडला आणि लंगडतलंगडत तो सगळ्यांच्या मागनं निघाला. अधूनमधून विव्हळत तो पुढे चालू लागला.

फौजदाराने चालताचालता विचारले,

"नारायण, लागलं काय रे फार?"

नारायण कण्हतकुथत उत्तरला,

"फार नाही. उगी पाय मुरगाळलाय."

"मग वरडू नकोस लेका. सरकारी काम आहे हे. निष्कारण घोटाळा करशील आन सगळ्या कामाचा बट्ट्याबोळ करशील! गपचिप चल बरं."

खरं म्हटलं तर नारायणला चांगला दणका बसला होता. तोंड ओरबाडले होते. एकदम खाली पडल्यामुळे बूड शेकून निघाले होते आणि पायाचा ठणका तर सारखा तोंडावाटे बाहेर पडू पाहत होता. पण फौजदाराने त्याला दम भरल्यावर तो गप्प बसला आणि मुकाट्याने लंगडत लंगडत चालू लागला. त्याच्या मनात आले की, आपल्या हातनं फार हलगर्जीपणा झाला. हे बोलूनचालून सरकारी काम शिवाय धोक्याचे! कुणीतरी जवळच्या गावातल्या माणसाने आपल्याला प्रथम बातमी दिली की, अप्पा लावंडाच्या मळ्यात, ऐन उसाच्या फडात गांजाचे झाड लावलेले आहे. चांगले सहा-सात फूट उंचीचे. शिवाय गांजाची अढीही वस्तीवर छानबाज लावून

ठेवलेली आहे. आपण ही बातमी फौजदाराला सांगितली, मात्र तो जागचा हलला आणि आठ-दहा कॉन्स्टेबल, चार पंच बरोबर घेऊन रात्र पडायला निघाला. सरकारी कामापुढे तहान, भूक कसलीही पर्वा न करता टाकोटाक निघाला. एकदा बरोबर छापा घातला आणि बेकायदा माल जप्त केला, म्हणजेच सगळ्यांची सुटका होणार. अशा स्थितीत आपण आरडलो-ओरडलो आणि वस्तीवरची माणसं सावध झाली, तर सगळाच बेत फिसकटायचा. केलेली एवढी मेहनत फुकट जायची... तेव्हा आपणच गपचिप जावे एवढे खरे. छाप्यात चांगली कामगिरी बजवावी. म्हणजे आता घडलेल्या चुकीचे परिमार्जन होईल.

असे सगळे विचार नारायणाच्या मनात पुन:पुन्हा येत होते. लंगडत लंगडतच, पण इतरांच्या बरोबरीने तो चालायची धडपड करीत होता. तोंडातून अक्षर काढीत नव्हता.

वाट जवळजवळ संपत आली आणि लावंडाच्या वस्तीवरचा कंदील लांबून दिसू लागला. तेव्हा फौजदार थांबला. त्याचे पोटही थांबले. हातातल्या मंडळींना त्याने थांबण्याचा इशारा केला.

"मगर कुठाय?"

सगळ्यात पाठीमागे असलेला मगर झपाट्याने पुढे आला.

"हा न्हवं का मी हितं हाय."

बोट दाखवून फौजदाराने विचारले,

"हीच का लावंडाची वस्ती?"

"हीच."

"आसंच सरळ जायचं?"

"हां. नीट नाकाम्होरं."

"ठीक आहे."

असे म्हणून फौजदाराने बरोबरच्या पोलिसांना एका ठिकाणी कोंडाळे करून बोलावले. कुणी कुणीकडून जायचे, ते सगळे समजावून सांगितले. पोलिसांचे दोन भाग पाडले आणि मग त्यानं खूण केली,

"चला."

सगळे जण पुढे निघाले. लंगडणाऱ्या नारायणाला उद्देशून फौजदार म्हणाला,

"नारबा, आता बघू तुमचं कसब. नवा आहेस. पाहतो आता काय काय करतोस ते."

नारायणाची छाती उत्साहाने वीत-दीडवीत फुगली. ठणकणारा पाय विसरून तो म्हणाला,

"आता बघा तर साहेब तुम्ही –"

आणि मग सगळे जण दबकत दबकत पुढे निघाले.

वस्तीवरचा कंदील शांतपणे जळत होता. त्याच्या अंधुक उजेडात झोपडीचे वरचे छप्पर तेवढे अस्पष्ट दिसत होते. खाली अंधारच होता. कुठे काय आहे, हे काही कळत नव्हते. गोठ्यातले बैल खाली बसून रवंथ करीत होते. त्यांनी मुस्काट हलविले की, शिंगावरच्या घुंगरांचा मोठ्ठा 'खुळ्ळम खुळ्ळम्' असा आवाज येई. बाकी माणसाच्या हालचालीचा कसलाही वास येत नव्हता.

एक-दोन मिनिटे हे शांत वातावरण असेच टिकले आणि मग काय झाले, कोण जाणे! एकदम गोंधळ सुरू झाला.

वस्तीवरची दोन-तीन कुत्री एकाएकी पोलिसांच्या अंगावर धावत आली. आली ती अशी मोठमोठ्यांदा भुंकत, आरडाओरडा करीत अंगावर येऊन कोसळली की, पोलीस क्षणभर गोंधळूनच गेले. एका कुत्र्याने थेट फौजदाराच्या पोटावर झेप घेतली, तेव्हा नारायण पुढे धावला आणि त्याने दंडुक्याच्या एका सपाट्यात ते कुत्रे आडवे केले. त्याबरोबर बाकीची भुंकत भुंकतच, पण मागे सरकली.

पण एवढ्या वेळात सगळी वस्ती जागी झाली होती.

"पोलीस! पोलीस!" असा एकदम आरडाओरडा झाला आणि वस्तीवरची एक-दोन माणसे अंधारात धूम पळाली. कुणीतरी टांगलेला कंदील उचलला आणि त्यातले घासलेट छपरावर, गवतावर टाकले. कंदील त्यात फेकून दिला. त्याबरोबर भकदिशी जाळ झाला आणि हां, हां म्हणता झोपडी पेटली. धडाधडा जळू लागली.

ते पाहिल्यावर पोलिसांनी भराभरा वीजबत्त्या पेटविल्या आणि हाताला सापडली ती दोन-तीन माणसे धरून ठेवली. एक-दोघांनी झोपडी विझवायची खटपट केली. पण ते काही जमले नाही. झोपडी जळतच राहिली. ते बघून फौजदार ओरडला,

"अरे, गांजा राहिला आतच? काढा, काढा बाहेर सापडंल तेवढा!"

त्याबरोबर नारायण खुरडत खुरडत पुढे घुसला आणि त्याने झोपडीच्या आत झेप टाकली. चार-दोन मिनिटांत हाताला लागेल तेवढा गांजाचा ढीग गाठोड्यात गोळा करून तो बाहेर आलाही. पण हे होईपर्यंत त्याला चांगलाच चटका बसला होता आणि त्याच्या दोन्ही हातांची बोटे होरपळून निघाली होती.

हे होईपर्यंत फौजदार स्वत: उसाच्या फडात घुसला होता. लावंडाने लावलेले गांजाचे झाड उसाच्या फडात आहे, झाडाभोवतालचा ऊस त्याने काढलेला नाही; खोडवा, निडवा, तिडवा करून त्याने तो कायम राखलेला आहे, एवढी बातमी नारायणाने सांगितलेली होती. तिच्या आधाराने तो सबंध फडातनं एखाद्या कोल्ह्यासारखा हिंडला आणि अखेरीला त्याने ते झाड वासाच्या आधाराने हुडकून काढले.

झाड चांगले मोठे होते. माणसाच्या डोक्याला लागेल इतके. थोडेसे जास्तच.

झाडाला फुले येऊन गेली होती आणि आता बोंडे लागलेली होती.

हाताने झाड चाचपून फौजदार खुशीत येऊन बरोबरीच्या एक-दोघांना म्हणाला, "हं, उपटा रे! अगदी मुळासकट निघालं पाहिजे!"

त्याबरोबर आलेल्या एकदोघांनी अंगरखे मागे सरकविले आणि गुडघे भुईवर टेकवून एका दमात झाड मुळासकट उपटले आणि फौजदाराच्या हातात दिले.

फौजदार आणि मंडळी झाड घेऊन बाहेर येईपर्यंत झोपडीचा खेळ खलास झालेला होता. वरचे छप्पर जळून खाली आले होते. राख धुमसत होती आणि मधले मधले इंगळ फुलून फुलून नाहीसे होत होते.

दोघातिघांना काढण्या लावून चार-पाच पोलीस आणि पंचमंडळी तिथेच ठाण मांडून बसलेली होती.

फौजदार तिथे आल्यावर पोलिसांनी उठून हातातल्या काढण्यांसह त्यांना सलाम ठोकला. तो घेऊन त्याने चौकशी केली, "हे कोण धरलेत रे?"

हवालदार म्हणाला, "ही गडीमाणसं आहेत लावंडाची."

"आन लावंड कुठाय? तो भोसडीचा सापडला न्हाई का अजून?"

"चौकशी केली साहेब. लावंड आज नव्हताच हितं वस्तीवर. गावात हाय. आत्ता यीलच बगा फाटंला."

"येऊ द्या त्याला. तंवर पंचनामा करा सापडलेल्याचा –"

असे म्हणून फौजदाराने झाडाकडे बोट दाखविले.

"नारायण कुठे गेला?"

नारायण पुष्कळच दमून गेला होता. पण फौजदाराने हाक मारल्याबरोबर तो तत्परतेने पुढे धावला.

"हा काय मी इथं."

"मी सांगतो. तू लिही. तुझं अक्षर झोकात आहे."

'फौजदाराने सांगितलेली ही गोष्ट खरी होती. बाकीचे लोक साधे पोलीस असल्यामुळे त्यांना फारसे लिहिता येत नव्हते. नारायणाने पोलीस व्हायच्या आधी मराठी शाळेत काही दिवस मास्तरचे काम केले होते. त्यामुळे त्याला अशुद्ध का होईना, पण सरळ वाक्यामागे वाक्ये लिहिता येत होती. शिवाय त्याचे अक्षरही बरे होते.

हातातल्या गाठोड्याकडे बोट दाखवून तो म्हणाला,

"गांजा पण सापडलाय, साहेब."

"सापडलाच पायजे."

"तरी थोडा सापडला."

"किती?"

"निघेल पन्नास-एक तोळे."

"पुष्कळ झाला पंचनाम्याला."

"मग लिहायचा का पंचनामा?"

"तर! उशीर कशाला?"

नारायणाची बोटे होरपळली होती. चांगली ठणकत होती. पण त्याचा उत्साह ओसरला नव्हता. आपल्या या पहिल्याच कामात जी कामगिरी आपण बजावली, ती फौजदाराने समक्ष बघितली आहे, याबद्दल त्याची खात्री होती. साहेब दर वेळेला आपल्याला हाका मारतो, आपल्याला लिहायला सांगतो, या विचाराने त्याला फुरफुरल्यासारखे होत होते. सर्व्हिस बुकात नक्की त्याची नोंद होईल!... सुरुवातीला आपण जर इतका पल्ला गाठला, तर मग पुढे काही विचारायला नको. भराभरा बढती मिळत जाईल. कामे मात्र सारखी अशी निघाली पाहिजेत. मग दाखवतो कर्तबगारी... नाही तर बाकीचे कॉन्स्टेबल! आईबाप मेल्यासारखे चेहरे करून उगाच बसून राहिलेत लेकाचे. एकाने तरी जरा उत्साह दाखवून काही काम करून दाखवायचे होते! सरकारी कामात इतका हलगर्जीपणा दाखवून कसे चालेल?...

असा विचार करीतच नारायणाने खिशातले पेन उपसले आणि कागद काढून पंचनामा खरडायला सुरुवात केली. साहेब भराभर मजकूर सांगत होता आणि नारायण तो सुवाच्य अक्षरात लिहून घेत होता. साहेब मजकूर सांगता सांगताच धरून ठेवलेल्या गड्यामाणसांना शिव्या मोजीत होता आणि न आलेल्या लावंडाला आईमाईवरनं बोलत होता... त्याच्या या बोलण्यात इतका राग आणि अशी धार होती की, या वेळी लावंड समोर असता, तर असले बेकायदा कृत्य केल्याबद्दल साहेबाने त्याच्या नरडीचा घोटच घेतला असता, असे नारायणाला वाटले. पण त्याला फार विचार करायला वेळ नव्हता. कारण सांगतासांगता फौजदार दर वाक्यागणिक दोन-तीन शिव्या देत असल्यामुळे शिव्या चुकवून पंचनाम्यात मजकूर लिहिणे, हे मोठे कौशल्याचे काम होते. पण तरीही नारायणाने मोठ्या हुशारीने ते काम पार पाडले. बोटे ठणकत होती, पाय दुखत होता आणि डोळे चुरचुरत होते, तरी नारायण मन लावून कागदावर वळणदार अक्षरे काढीत होता.

हा सगळा दंगा बराच वेळ चालला आणि फटफटायची वेळ झाली. कोंबड्याने केव्हाच बांग दिली. थंडगार वारा वाहू लागला. पूर्वेकडून अंधुक उजेड दिसू लागला आणि पाखरांची कुलकुल सारखी ऐकू येऊ लागली. बाकीचे कॉन्स्टेबल काढण्या हातात घेऊन पेंगलेही होते आणि पुन्हा डोळे चोळीत उठले होते. पंचांनी तर एव्हाना डारडूर झोपाही काढल्या होत्या. पण नारायण रात्रभर जागाच होता आणि आता पंचनामा खरडत होता.

अखेरीस नारायणाचे लिहिणे संपले आणि दिवस उगवायला अप्पा लावंड

घाईघाईने तङ्ग्याच्या बैलगाडी चिनान पळवीत मळ्यात येऊन दाखल झाला.

अंगात मलमलचा सदरा, डोक्याला नवा रंग दिलेला पटका, खळीचे धोतर अशा थाटात फाटक्या अंगाचा, काळाकिट्ट अप्पा लावंड गाडीखाली उरतल्याबरोबर फौजदाराने त्याला दम भरला,

"कोण रे तू?"

अप्पाला गावातच सगळा प्रकार समजला होता. त्यामुळे काय करायचे, ते ठरवून त्या अदमासानेच तो आलेला होता. पण आल्याआल्या फौजदाराने जो सूर काढला, तो बघून तो हबकला. चाचरत चाचरत तो म्हणाला,

"मी – मी अप्पा लावंड."

हे ऐकल्यावर फौजदाराने लवंगी फटाक्याची माळ सोडावी, त्याप्रमाणे शिव्यांची माळ सोडली. ऐकणारा घाबराघुबरा होऊन जावा, असा भडिमार केला. पण लावंड मान खाली घालून उभा होता. बाकीच्या पोलिसांना आणि पंचांना तर त्याचे काहीच सोयरसुतक नव्हते. मख्ख चेहरा करून ते आपसात टिवल्याबावल्या करीत होते. धरून ठेवलेल्या गड्यांकडून बिड्या घेऊन बाजूला जाऊन ओढून परत येत होते. नारायण मात्र पंचनाम्याचा कागद घेऊन जवळ बसला होता. शिव्या ऐकत होता.

भरपूर शिव्या देऊन फौजदाराला धाप लागली. मग तो म्हणाला,

"गांजाचं झाड लावलंस अं साल्या तू? आँ?"

लावंड काकुळतीला येऊन म्हणाला,

"मी लावल्यालं न्हाई साहेब. मला पत्त्यासुदिक न्हाई!"

"चोर भांचोद!" – फौजदार गुरगुरला.

"आईशपत साहेब."

"आणि गांजा सापडला, तोसुद्धा तुला ठाऊक नसंल?"

"न्हाई साहेब."

"मग कुठला आला रे गांजा तिथं? आभाळातून पडला काय?"

लावंडाने नुसतीच मान हलविली.

"मग?"

"ह्यो आमच्या गड्यामानसांचा चावटपना हाये साहेब. मला कायसुदिक म्हाईत न्हाई."

"बरं, गप राहा आता अन् पंचनामा ऐक."

लावंड खाली भुईला टेकला, तसा फौजदार आपल्या लोकाकडे वळला.

"पंचनामा झाला लिहून?"

नारायण घाईघाईने कागद पुढे करून म्हणाला,

"झाला की. अगदी कम्प्लीट."

“पंच कुठाहेत?”

फौजदाराने तालुक्याच्या गावाहून धरून आणलेले तिघेचौघे पंच विड्या फुंकत चवड्यावर बसले होते. त्यातला एक जण धूर सोडून म्हणाला,

“हाय, हाय आमी. वाचा.”

“वाच रे.”

नारायणाला वाटले होते की, साहेब एकदा तरी कागद घेऊन पाहील, बारकाईने वाचील आणि आपले कौतुक करील. सरकारी काम आहे हे. सगळ्या गोष्टी शिस्तीत झाल्या, म्हणजे बरे असते. नाही तर कोर्टात ताप होतो एखाद्या वेळी....

पण फौजदाराने ‘वाच’ म्हणून सांगितल्यावर तो जरा हिरमुसला झाला. मग त्याने धडाधडा कागद वाचला. सहा फूट उंचीचे झाड आणि पन्नास तोळे गांजा कसा सापडला, याचे त्यात इत्थंभूत वर्णन केलेले होते. नारायण शिपायाने हे वर्णन अगदी मन लावून व्यंकटेशस्तोत्र वाचावे तसे वाचले. ते वाचून झाल्यावर पंचमंडळींनी माना डोलविल्या आणि एकाखाली एक दाबून सह्या ठोकल्या. एकेक अक्षर कोरून काढीत आणि प्रत्येकी पाच मिनिटे घेत त्यांनी सह्या केल्या.

ते झाल्यावर बाकीचे शिपाई धरलेल्या गड्यांना घेऊन उठले आणि दुसरीकडे कुठे कुठे गेले. रिकामटेकडे पंचही बिडीचा धूर सोडीत मळ्यातनं हिंडू लागले. जाता जाता त्यांनी नारायणालाही आपल्याबरोबर यायची खूण केली. पण नारायणाला त्यांच्या हलगर्जीपणाचा आणि बेपर्वाई वृत्तीचा इतका राग आलेला होता की, तो मुळीच जागचा हलला नाही. शेजारीच उपटून ठेवलेलेले गांजाचे झाड हातात धरून तो कर्तव्यबुद्धीने तिथेच बसून राहिला.

राहता राहता अखेरीला तिथे फौजदार, लावंड आणि नारायण एवढे तिघे जणच उरले.

मग फौजदार म्हणाला,

“नारायण, जाऊन ये तुला कुठं जायचं असंल तर. काही हरकत नाही.”

नारायण मान हलवून म्हणाला,

“पाय दुखतोय फार. मी नाही जात कुठं. बसतो इथंच.”

“बराय. बस. तू तरी केव्हा शिकणार?”

असे बोलून फौजदार प्रेमळपणाने हसला. आणखीही काही गोष्टी राहिल्या आहेत आणि त्या आपण शिकाव्यात, अशी साहेबाची इच्छा आहे, हे ऐकून नारायणाला अगदी भरून आले. नवीन गोष्टीही पूर्वीप्रमाणेच मन लावून करायच्या, असे त्याने मनातल्या मनात ठरविले.

नारायण असा मनाशी विचार करीत होता, तेवढ्यात फौजदार लावंडाला म्हणाला,

"हूं. आटपा आटपा लौकर. आम्हाला उशीर होतोय."

लावंड खाली मान घालून जमिनीवर रेघोट्या ओढीत म्हणाला,

"साहेब –"

"काय?"

"मेहेरबानी करा –"

हे ऐकल्यावर साहेबाने पुन्हा एकदा शिव्यांचा धडाका उडविला. शिव्यांबरोबर इतर शब्द तो जे बोलला त्यावरून नारायणला कळले की, लावंडाने बेकायदा गांजा बाळगला होता, ही फार भयंकर गोष्ट होती. विशेषत: गांजाचे उभे झाडच त्याच्या रानात सापडले होते, हा अपराध तर अक्षम्यच होता. या अपराधाबद्दल त्याच्या माणसाची गय करणे म्हणजे सरकारचा पैसा हरामचा खाण्यासारखे होते... छे: छे:! अशी गोष्ट मुळीच होण्यासारखी नव्हती. असली बेकायदा कामे करणाऱ्याला खडी फोडायला तुरुंगात पाठविणे, हे अगदी कुणाचेही कर्तव्य होते. नारायणाला तरी निदान ते मनोमन बरोबर पटले.

पण अप्पा लावंडाला काही ते पटल्याचे त्याच्या मुद्रेवरून दिसले नाही. तो आपला संथपणे म्हणाला,

"कसंही करून हे कलम मिटवा. न्हाई म्हनू नगा."

साहेबाने मघाशी ज्या आवाजात शिव्या दिल्या होत्या, त्या ऐकल्यावर लावंड पुन्हा बोलायची हिंमत करील, असे नारायणाला वाटले नव्हते. आता फौजदार रागारागाने याला लाथाबुक्क्याच घालील, असे त्याला सारखे वाटू लागले. पण तसे काही झाले नाही.

मिशांच्या बागाईत पिकावरनं हात फिरवीत फौजदार बोलला,

"कलम फार अवघड आहे. जमणं कठीणच."

"जमवायचं म्हनलं म्हंजे जमतं. जमवाच एकदा. हूं... न्हाई म्हनायचं न्हाई."

"म्हणजे कसंकसं म्हणतोस?"

"आता तुम्ही एवढा हेलपाटा घेतला –"

"कसला हेलपाटा हा? धिंड निघाली रात्रभर! हे बघ, या नारायणाचा पाय मुरगाळलाय."

"अराराऽ!"

"बोटं भाजली."

"ह्ये वाईट झालं."

"मग? – हा सगळा विचार करून बोला."

फौजदाराने नारायणाचा उल्लेख केला, तेव्हा नारायणाने नम्रतेने मान खाली घातली होती. पण लावंडाने तेवढ्यात फौजदाराच्या हातात काहीतरी सारलेले बघून

तो दचकला. डोळ्यांची उघडझाप करीत तो बराच वेळ तिकडे पाहत राहिला, तेव्हा त्याच्या ध्यानात आले की, ती दहादहाच्या नोटांची बंडले आहेत. या नोटांचे मध्येच काय काम निघाले, हे नारायणाच्या काही ध्यानात आले नाही. तोंडाचा 'आ' करून तो नुसता बघतच राहिला.

सबंध रात्रीनंतर आत्ता फौजदाराचा आवाज बदलला. घोगऱ्या आवाजात त्याने विचारले,

"किती आहेत?"

लावंडाने पाच बोटे दाखवून सांगितले,

"पाचशे."

"फक्त पाचशे?"

"होय."

मग फौजदाराने बंडले लठ्ठ कोटाच्या खिशात टाकली आणि नारायणाला सांगितले,

"नारायण, पंचनामा खोड."

तोंडाचा 'आ' तसाच ठेवून नारायणाने आश्चर्याने विचारले, "खा – खोडू?"

"होय. सहा फूट झाडाऐवजी चार फूट झाड लिही."

"च – चार फूट?"

"होय."

"पण ते तर सहा फूट आहे."

"दोन फूट तोडून टाक खालून."

"पण मुळ्या जातील ना त्याच्याबरोबर!"

"चिखल थाप खालून."

नारायणाने आदमासाने दोन फूट झाड तोडले. खाली पडलेला चिखल बुडाला पुन्हा थापला.

"कागदावर खोडलंस?"

"खोडतो."

"आणि 'गांजा तोळे पंचवीस' असं लिही."

"पण पन्नास –"

"तुला काय? लिही आपलं!"

"बरं."

असं म्हणून नारायणाने पन्नासचे पंचवीस तोळे आणि सहा फुटांचे चार फूट केले. कागदावर खाडाखोड झाली. आपण मन लावून लिहिलेल्या मजकुरात खाडाखोड करायचा प्रसंग आला, हे पाहून नारायणाला जरा वाईट वाटले.

हा सगळा प्रकार होईपर्यंत लावंड शांतपणे थांबला. मग त्याने विचारले,

"म्हंजे, ह्ये काय झालं साहेब?"

फौजदार हसून बोलला,

"ह्यॅ: ह्यॅ:!... तुम्ही जेवढे पैसे सोडणार, त्या मानाने पंचनामा – पाचशे रुपयांत दोन फूटच झाड कमी होणार आणि माल निम्मा कमी."

लावंडाने पुन्हा हात जोडले.

"फाडा पंचनामा साहेब. आसं करू नगा."

"छे, छे! बिलकुल भीड घालू नकोस. सरकारी काम आहे हे. माझ्या गळ्याला तात लागायचा एखाद्या वेळी."

तेवढ्यात साहेबाच्या हाताशी आणखी एक बंडल आले.

"आता तरी?"

बंडल हाताने तोलीत फौजदाराने विचारले,

"किती आहेत?"

"आणखी दोनशे."

"ठीक. नारायण –"

नारायण टकामका या प्रकाराकडे बघतच होता. तो एकदम दचकून म्हणाला, "ओ –"

"झाड तीन फूट –"

"तीन फूट?"

"होय. अन् गांजा तोळे दहा."

"फार खाडाखोड होणार साहेब." नारायणाने कळवळून सांगितले.

"होणारच. पण करून टाक."

"पण खाडाखोड दिसणार ना –"

"येडा आहेस का तू?... अरे, हा रफ पंचनामा आहे. फेयर अजून व्हायला अवकाश आहे."

नारायणाने पुन्हा झाड फूटभर छाटले आणि पुन्हा बुडाशी माती थापली. पंचनाम्याचा कागद उघडून तो लिहू लागला, तेव्हा लावंडाने साहेबाचा हात धरला,

"आता ऐका माझं."

"ऐकलं की. जेवढं दिलंस तेवढं ऐकलं."

"आसं नगा करू."

"ऊंऽ हूं! सरकारी कामात भीड नको."

साहेबाची आणि लावंडाची बरीच बोलाचाली झाली. लावंडाने विनवण्या करकर केल्या. पण साहेब बधला नाही. शेवटी लावंडाने आणखी दोनशे रुपये त्याच्या

कुशीत सरकवले. हे होईपर्यंत नारायणाची खाडाखोड नुकतीच संपली होती. पण आता त्याने कागद हातातच ठेवला होता आणि पेनही उघडेच धरून ठेवले होते. साहेब आणि लावंड यांच्यात पुन्हा काही देवघेव झाली, हे बघून त्याने विचारले,

"आता किती फूट लिहू साहेब?"

साहेब त्याच्याकडे पाहून हसला. त्याने मिशा कुरवाळल्या.

"शाबास! लौकर तयार होशील!"

"ह्यॅ: ह्यॅ:!"

"झाड दोन फूट आन गांजा –"

"तो आता पाच तोळे होणार साहेब."

"शाबास! पाच तोळे लिही."

नारायण पुन्हा खाडाखोड करायला निघाला, तेव्हा लावंड मधेच तोंड घालून बोलला,

"आता मात्र चुकताय हां साहेब तुमी!"

फौजदारसाहेब रागारागाने त्याच्याकडे बघू लागले, तेव्हा त्याने खुलासा केला.

"अहो, झाड दोन फूट दावनार –"

"बरं मग?"

"मग एवढ्याशा झाडाला फुलंबी येत न्हाईत आन बोंडंबी येत न्हाईत. मग पाच तोळे गांजा कसा काय दावनार म्हणतो मी!"

लावंडाने टाकलेला हा पेच पाहून साहेब विचार करीत थांबला. त्याचे म्हणणे खरे होते. दोन फूट उंच असलेल्या झाडाला गांजा येत नाही. एवढ्याशा झाडाला फुलं किंवा बोंडं येणार कुठून! अशा स्थितीत पाच तोळे गांजा सापडला, असे लिहिणे हे लबाडपणाचे ठरले असते आणि असली लबाडी सरकारी अधिकाऱ्याने करायची, ही गोष्ट साहेबाला बिलकुल मान्य होण्यासारखी नव्हती....

बराच विचार करून तो म्हणाला,

"नारायण –"

नारायणाने तत्परतेने पेन घेऊन विचारले,

"गांजा खोडून टाकायचा का?"

नारायणने नुसते दोन फूट झाड अशी नोंद केली. पुन्हा बुडाला चिखल लावला आणि गांजाचे गाठोडे लावंडाच्या स्वाधीन केले.

साहेबाने विचारले,

"बास? आता प्रश्न मिटला?"

लावंड खूश होऊन म्हणाला,

"होय साहेब! पण एक इचारू का?"

"बोल."

"गांजा जर न्हाई, तर नुसत्या झाडाला काय चाटायचंय व्हय?"

"म्हणजे?"

"अवो, दोन फूट झाड कुठंबी येतं आपसुक. गावखत टाकलं म्हंजे हमेशा बी रानात पडतंच आन झाड उगवतं. आता तिवढंच कशाला ठिवताय?"

फौजदार पुन्हा विचारात पडला. निदान त्याने विचारात पडल्यासारखा चेहरा केला. मग तो म्हणाला, "गड्या, तू मला पेचात धरलंस आन थोडक्यात भागिवलंस."

"थोडक्यात कशाचं साहेब –"

"बरं, आता आणखी काढ काहीतरी. म्हणजे हे काम निकालातच काढतो. किरकिर नको!"

लावंडाने पाहिले की, आता जास्त ताणू नये. तेव्हा त्याने आणखी एक लहानसे पुडके दिले. ते घेऊन फौजदाराने नारायणाला सांगितले, "पंचनामा फाडून टाक अन् चला आता. उशीर झालाय."

नारायणाने दोन तास खपून, मन लावून वळणदार अक्षरात लिहिलेला बंदा ताव टराटरा फाडला. त्याचे तुकडे लावंडाच्या स्वाधीन केले आणि दोन्ही हात झाडले.

पंचनाम्याचे काम अशा रीतीने संपले आणि मग लावंडाची आणि साहेबाची दिलजमाई झाली. फौजदाराने त्याला प्रेमाने सांगितले,

"हल्ली कायदे फार चमत्कारिक झाले आहेत. बेतानं, सांभाळून राहात चला."

लावंडाने मान डोलावली आणि मग आपली तट्ट्याची गाडी फौजदाराला मोटार रस्त्यापर्यंत पोचवायला दिली. नारायणाचा पाय दुखावला होता, म्हणून साहेबाने मेहरबानी करून त्याला आपल्याच गाडीत घेतले. बाकीचे सगळे चालत मागनं आले.

मोठ्या रस्त्याला पोचल्यावर झाडाच्या सावलीखाली सगळी मंडळी एस.टी.ची वाट पाहत थांबली. भर उन्हात रानातल्या झळ्या खात घामेजून उभी राहिली. फौजदाराने तेवढ्यात खिशातले पैसे तोंडात बोटे घालून मोजले. मग हवालदाराजवळ एक भेंडोळे दिले आणि पंचाकडे बोट दाखवून सांगितले,

"हे देऊन टाका सगळ्यात मिळून. अन् जाऊ दे त्यांना. हकाल गाडी!"

हवालदाराने पैसे दिले. ते घेऊन खिशात कोंबीत पंचाचा म्होरक्या म्हणाला,

"मग आमी जातो सायेब. देशमुखाच्या वस्तीवर जायचं हाय मधी. तिकडं जाऊन मागनं येतो."

"ठीक आहे."

साहेबाने मान डोलावली आणि मग पंचमंडळी तिथनं हलली. साहेबाच्या

फुगलेल्या खिशाकडे बघत बाकीचे लोक आशाळभूतपणे उभे राहिले. एकमेकांशी कुजबुजू लागले. साहेब त्यांना म्हणाला,

"हवालदार, तुमचं सगळ्यांचं बघू मागाहून. काय?"

हवालदार म्हणाला,

"बराय साहेब."

कुणी काही बोलले नाही.

अर्धा तास असा गेला आणि मग साहेबाला एकदम आठवण झाली.

खिशातले पैसे काढून त्याने भराभरा मोजले. मग दोन-तीन भेंडोळी काढली आणि नारायणाच्या हातात दिली.

"खिशात ठेव. असू दे. तीनशे आहेत."

नारायण खिन्न मनाने उगीच आपला उभा होता. त्याने काही न बोलता ते खिशात भरले, तेव्हा साहेब मनाशी पुटपुटल्याप्रमाणे बोलला,

"तीनशे रुपये तरी किमानपक्षी लागणारच."

नारायणाने जिज्ञासेने विचारले,

"कशाला साहेब?"

नारायणाने हा प्रश्न विचारल्यावर साहेबाने प्रथम विनाकारणच एक शिवी दिली. मग खिशातली सिगारेट तोंडात कोंबून बोबड्या आवाजात तो म्हणाला,

"ते अँटीकरप्शनचे लोक येऊन बसले आहेत ना तालुक्याला! निदान तीनशे तरी त्यांना द्यायला पाहिजेत. म्हणजे त्यांचं कलम भागलं."

□

प्रदर्शन

पाटील गावाहून परत आले, ही बातमी ताबडतोब जिकडेतिकडे झाली. वाड्यावस्त्यांपर्यंत गेली.

वास्तविक कुणी माणूस गावाहून परत येणे, ही गोष्ट अशी काही मुलखावेगळी नव्हे. गावात रोज कुणीतरी परगावाहून येत होते आणि जात होते. गावचा पाटील तरी काय, पूर्वी कधी गावाला गेला नव्हता. आणि आत्ताच अगदी नव्याने गेला होता, असेही काही नव्हते. तरी पण पाटील परत आले, ही बातमी ऐकल्यावर लोकांनी कान टवकारले. सांगणाऱ्या माणसापाशी नाना चौकशा केल्या.

''कवा आले?''

''हे आत्ताच! आजून बैलं तशीच आसत्याल गाडीला.''

''बरी हाये का तब्यंत?''

''त्याला काय धाड झालोय? झाक्!''

''आयला, आलं पायजे वाड्यावर मग.''

''या की सांजच्याला. लई मज्जा सांगतुया.''

''आगंगगं! मग आलंच पायजे.''

अशा प्रकारची बोलणी ठिकठिकाणी झाली. ज्याला त्याला मोठी उत्सुकता वाटली. पाटील परत आले, ही बातमी सर्वांना महत्त्वाची वाटली. याचे कारण इतकेच होते की, पाटील मोठा गमत्या माणूस होता. तो गावात असला, म्हणजे लोकांना वेळ घालवायला दुसरे काही निराळे साधन लागत नसे. बैठकीत बसावे, तिथलीच पानतंबाखू खावी आणि मांडीला रग लागेपर्यंत गप्पा हाणाव्या. फार वेळ

झाला, रात्र झाली, तर तिथेच आडवे व्हावे. अंगावरच्या धोतराच्या निऱ्या सोडून त्याचे पांघरुण करावे आणि लवंडावे. मग सकाळी तिथला पितळीभर चहा पिऊनच घरी परत यावे, असा मोठा सुरेख कार्यक्रम असे. पण पाटील नसल्यामुळे तो बुडाला होता. गेले कित्येक दिवस बुडाला होता आणि त्यामुळे लोकांना फार चुटपुट लागून राहिली होती. पाटील आता परत आले. पूर्वीचा कार्यक्रम व्हायला आता हरकत नाही.

लोकांना ही बातमी महत्त्वाची वाटायला आणखी एक कारण होते.

पाटलाचे या वेळचे जाणे काही साधेसुधे नव्हते. एरवीसारखा तो काही कोर्टाच्या कामाला तालुक्याच्या गावी गेला नव्हता किंवा लग्नकार्याला पाव्हण्याकडे गेला नव्हता. फार निराळ्याच कामासाठी गेला होता. फार फार लांब गेला होता. दिल्लीला कसलेतरी शेतकीचे प्रचंड प्रदर्शन भरले होते आणि कुणातरी पाव्हण्याची सोबत साधून ते पाहायला पाटील गेला होता. दिल्लीचे नाव गावच्या दहा-पाच जणांना माहीत होते. पण ती कुठे आहे, काय आहे याचा पत्ता गावातल्या शाळामास्तरखेरीज कुणाला नव्हता. सगळ्या गावात शिकलेले लोक आधी बोटावर मोजण्याएवढे होते. एकटा पाटीलच फायनल नापास होण्यापर्यंत पुढे गेला होता. त्यामुळे तो वर्तमानपत्र अधूनमधून वाचीत असे. कुठून तरी त्याच्या डोक्यात शिरले, की दिल्लीचे शेतकी प्रदर्शन आपण पाहिले पाहिजे. शेतीची खूप माहिती होईल आणि दाबून पैसा मिळेल. म्हणून आयत्या वेळी चार ठिकाणचे पैसे गोळा करून सगळ्यांना सांगून तो गेला होता. मुंबईपर्यंत गाडीने जाऊन तिथून विमानाने दिल्लीला जाणार होता. तसे त्याने बोलून दाखविले होते आणि बोलल्याप्रमाणे करणारा गडी तो आहे, याविषयी लोकांची खात्री होती. एकंदर त्याच्या मळ्यात पंधरा-वीस एकर ऊस हमेशा उभा होता. पैशाला काही कमी नव्हते. चांगल्यापैकी बागाईतदार असलेला माणूस, पुन्हा हौशी होता. वेळप्रसंगी लागेल तेवढा पैसा खर्च करायला तो कधी मागे-पुढे पाहात नव्हता. त्यामुळे त्याने काय काय पाहिले, शेतकीतल्या कोणकोणत्या गोष्टी बरोबर आणल्या, याबद्दल लोकांना भयंकर उत्सुकता होती.

जे रिकामटेकडे होते, ते दोन तास आधीच येऊन जागा अडवून बसले होते. पान चघळत होते. सगळ्यांच्या आधी आपण पाटलाशी गप्पा हाणायची पर्वणी घ्यावी, असा त्यांचा हेतू होता. पण आल्या आल्या पाटील जो झोपला होता, ते संध्याकाळ झाली, तरी उठला नव्हता. माजघरातून त्याच्या घोरण्याचा आवाज लांब बाहेर ऐकू येत होता. त्याच्या उठण्याची वाट बघत लोक चुळबुळत होते. इकडेतिकडे वेळ काढीत होते.

सतरंजीवरनं तरातरा चालणारा एक गलेलठ्ठ ढेकूण हाताच्या बोटाने चिरडीत बेकार पांडा म्हणाला, ''आयला, हा जिन्नस हिथंबी हायेच का! लई कार उडविलाय घराघरातनं.''

नारायण चेंगटाचे तिकडे लक्ष नव्हते. तो मान वर करून आढ्याला टांगलेल्या मक्याच्या कणसाच्या वाळल्या पाचुंद्याकडे बघत होता. रात्रीच्याला ही कणसे काढावी की काय, आणि काढून घरी नेली तर त्याचा नेमका काय उपयोग होण्यासारखा आहे, याचे विचार त्याच्या डोक्यात घोळत होते. त्यामुळे पांडाने काहीतरी उद्गार काढल्यावर तो दचकला. मान खाली करून इकडेतिकडे बघू लागला.

"काय म्हणालास पांडा?"

बोटाला लागलेली तांबडी रेघ तिथंच सतरंजीवर उमटवीत पांडा म्हणाला, "ह्यो ढेकूण च्या बायली!"

"हां. हां."

"लई सुळसुळाट!... कशी काय पाटलाला झोप येत आसंल म्हंतो मी."

"रगातच कडू आसतं एकेकाचं. त्येस्नी न्हाई चावत."

"तरीच उठंनात आजून. दोपार झाली मी बसलोय असा. धापाच ढेकणं मारली."

रामा खरात इतका वेळ चिलमीचा धूर काढीत उगीच बसला होता. पांडाचे हे बोलणे ऐकून त्याने चिलीम बाजूला धरली. धूर सोडून तो म्हणाला,

"आं? आन तुमच्या आधी मी आलोय की रं. बसून बसून बुडाला वारुळ लागलं माज्या – मग मी किती वेळ बसलो आसंल तूच सांग."

"आगंगं!... मग पाटील लई म्हंजी लईच येळ झोपल्यात."

"मग! दिल्लीहून आल्यात मर्दानु! हालकंसलकं काम हाय का? त्यातनं जाताना इमानानं गेल्यात. दमनारच माणूस."

"हां, हे खरं हाय."

अशा त्यांच्या गप्पा बराच वेळ चालल्या. हळूहळू चाराचे पाच-दहा होता होता बरीच मंडळी जमली. सबंध बैठक गच्च भरून गेली. पाटलाकडून शेतकी प्रदर्शनाची माहिती मिळेल, म्हणून वाड्यावस्त्यांवरनंसुद्धा माणसं आली होती. त्यामुळे बरीच गर्दी झाली. एकमेकांना रेटूनखेटून बसण्याची पाळी आली. हळू आवाजात सगळे एकमेकांशी बोलता बोलता गोंगाट करू लागले आणि त्यामुळे पाटील जागे झाले. डोळे चोळीत चोळीत बाहेर आले.

"बसा बसा. आलोच चूळ भरून."

असे म्हणून पुन्हा पाटील आत गेले. चुळबीळ भरून धोतराच्या सोग्यानं तोंड पुशीत बाहेर आले. मिश्यातले पाणी बोटानी निपटून काढीत तक्क्याला रेलले. सगळ्यांनी रामराम केला. कौतुकाने, उत्सुकतेने त्यांच्याकडे पाहिले. त्यातल्या त्यात पुढे सरकून बसायची घाई केली.

"हं काय मंडळी, कसा काय बेत?" पाटलांनी पुन्हा मिशा निपटल्या.

पाटलाचा देह चांगलाच प्रशस्त होता. याला शोभेल असाच भरडा आवाजही होता. खणखणीत सुरात हा प्रश्न त्यांनी विचारल्यावर सगळ्यांना बरे वाटले. बैठक रंगणार, याची खात्री पटली. नकळत सगळ्यांच्या तोंडावर हसू उमटले.

"हाये बरं."

"चाललंय पयल्यापरमानं."

"परवाच बांधाचा सायेब येऊन गेला. कायबाय इचारत हुता. आमी सांगतलं त्येला, पाटील आलं म्हंजी ये. त्याबिगार काय आम्हाला नीट सुधरायचं न्हाई. हां."

पाटील खुशीत येऊन हसले. धान्य घालता नुसते जाते फिरवले, म्हणजे जसा आवाज येतो, तसा आवाज निघाला. पाटील सुखरूप परत आले आहेत, याविषयी लोकांची पुन्हा एकदा खात्री पटली.

चव्हाणाच्या गणपतला शेतीचा चांगला नाद होता. पाटलाकडून चार नव्या गोष्टी ऐकायला मिळतील, म्हणून तो मुद्दाम आला होता. घरची गाडी गुंतली होती, म्हणून दुसऱ्याची गाडी करून, चार-दोन माणसं घेऊन वस्तीवरून आला होता. तो उत्सुकतेनं म्हणाला,

"पाटील, परदर्शनात लई मजा बगितली आसंल न्हाई? काय काय एकेक सांगा तर खरं."

पाटलांच्या मिशा मोरपंखासारख्या विस्तारल्या. त्यांनी आपला जबडा उघडला. ते काही बोलणार, तेवढ्यात बेकार पांडा मान हालवून म्हणाला, "छ्या छ्या! तसं न्हाई चालायचं हां. एकदम न्हाई सांगायचं. हिथून निघाल्यापासनं वळीनं सांगत जायाचं. कसं कसं झालं, काय काय झालं –"

पाटील म्हणाले,

"म्हंजे समदं? डिटेलवार?"

उजव्या हाताच्या बोटांची चिमूट करून तिने हवेत उभी रेघ मारीत पांडा बोलला,

"हां, अगदी डिटेलवार. म्हंजे लई मज्जा येती."

गणपतची इच्छा होती की, पाटलांनी प्रदर्शनाची माहिती आधी सांगावी. भाजीपाला, धान्यधुन्य, गुरेढोरे यात काय काय प्रकार दिसले, कोणकोणत्या नवीन गोष्टी आढळल्या, आपण शिकण्याजोगे काय आहे हे सगळे ऐकायला मिळावे. तसे त्याने सांगण्याचा प्रयत्न केला. पण त्याच्या म्हणण्याला कुणीच पाठिंबा दिला नाही. उलट नारायण चेंगटाने त्याच्याकडे न्याहाळून पाहिले. परदर्शनातल्या खिलारी वळूकडे जसे बघावे, तसे बघितले. मग तो म्हणाला,

"ए ए गणपा, जरा गप की मर्दा! पाटलास्नी समदं सांगू दे येवस्थेशीर. मग हायेच की परदर्शन. का कुठं पळून चाललंय का?"

पांडा बोलला, "तेच मी म्हणत हुतो."

गणपतने माघार घेतली. यांच्या कलाकलाने का होईना, शेवटी ऐकू माहिती आपण, असा विचार करून तो म्हणाला,

"बरं बाबा, जसं तुमी म्हनाल तसं. मग झालं?"

आपला फार मोठा विजय झाल्यासारखा चेहरा करून पांडाने पाटलाकडे मोहरा वळवला. पानाला चुना लावला.

"हूं, पाटील – करा सुरू गाडी तुमची."

सगळीकडे एकदम शांतता पसरली. जो तो डोळे पाटलाकडे लावून लक्षपूर्वक ऐकण्याच्या तयारीने राहिला. आपलसांतले बोलणे अगदी बंद झाले. सगळ्यांच्या तोंडावर उत्सुकतेची परमावधी दिसली, तेव्हा पाटलांनी मांडी घातली. झकास चार पानांचा विडा तयार करून तो तोंडात भराभरा कोंबला. मग आपल्या कराल दाढांखाली तो चिरडीत हातात तंबाखूचा ढीग जमा केला. रस गिळून घसा स्वच्छ केला. दोन्ही मांड्यांवरून हात फिरवीत सगळ्यांकडे एकवार निरखून पाहिले.

"म्हंजे कसं कसं झालं बरं का. बरेच दिवस माजी आपली विच्छा की लांब कुठं तरी जावं. परदर्शनबिरदर्शन आसलं काय तरी बगावं. चार गोष्टी म्हाईत करून घ्याव्यात. म्हणून म्या शेवटाला ठरीवलं की – दिल्लीला जायाचं –"

पाटलाचे हे गुऱ्हाळ सगळ्यांना चांगले माहीत होते. कुठलीही गोष्ट सांगायची झाली, की अगदी अथपासून इतिपर्यंत सांगायची. प्रत्येक तपशील रंगवून रंगवून सांगायचा. मागे कोर्टात त्यांनी एका खूनखटल्यात साक्ष दिली, तेव्हा स्वतःच्या जन्मापासूनची कथा सांगून त्यांनी सगळ्या कोर्टाला अगदी जेरीला आणून सोडले होते. कोर्टाने मधूनमधून तंबी दिली, तेव्हा सूत्र तुटल्यामुळे पुन्हा त्यांनी पहिल्यापासून प्रारंभ केला. त्याचा परिणाम इतकाच झाला की, साक्षीदार म्हणून त्यांची पिंजऱ्यातून हकालपट्टी झाली आणि पुन्हा त्यांना साक्षीला बोलविण्याच्या फंदात कुणी पडले नाही. लोकांना हे माहीत होते. त्यामुळे त्यांनी त्यांचे स्वतःचे बोलणे निमूटपणे ऐकून घेतले. शेवटी अर्ध्या तासाने गाडी मुंबईच्या गाडीत बसेपर्यंत येऊन ठेपली, तेव्हा रामा खरात म्हणाला,

"मुंबईची गाडी विलेक्ट्रिकची आसती म्हनत्यात –"

"तर!" पाटील ठाम सुरात बोलले, "विलेक्ट्रिक म्हंजे काय? समद्या बाजूंनी नुसत्या ताराच तारा. गाढव वराडल्यावानी इंजिन वरडतंय. म्यांऽऽभ्वांऽऽ!"

सगळीकडे हशा पिकला. वातावरणात थोडासा मोकळेपणा आला. पाटीलही पोट धरधरून हसले. पुन्हा एकदा जाते खराखराखरा करून मोठमोठ्यांदा वाजले.

पांडा डोळे विस्फारून सगळी माहिती ऐकत होता. हशा ओसरल्यावर त्याने विचारले,

“आन मधी बोगदं हायती म्हनं.”

“लई बोगदं.”

“किती?”

“लई, आपरंपार बोगदं. आंधारगुडुप आत.”

“कसं काय पाडलं असतील बोगदं म्हंतो मी.”

नारायण चेंगट बोलला, “कसं काय म्हंजे!... आता इक्ती वर्सं गाडी मुंबईला जातीय ती काय उगं? दर बारीला गाडी डोंगराला धडक देत आसंल. थोडा थोडा भोकसा दर बारीला पाडायचाच आपला. हुतोय बोगदा आपसूक. कसं पाटील?”

पाटलांनी हात हवेत उडवले.

“काय आसंल ते आसंल तिच्या मारी. सापासारखी गाडी जातीय भोगद्यातनं एवढं खरं. सुळसुळसुळ... आन मुंबईत गेल्यावर तर काय? मायंदाळ गाड्या हिकडनं एक गाडी, तिकडनं एक गाडी....”

तम्मा धनगर गाव सोडून सबंध जन्मात कुठं गेला नव्हता. त्यामुळे त्याला प्रत्येक गोष्टीचे आकरीत वाटत होते. तोंडाचा ‘आ’ करून आणि डोळे विस्फारून तो मुकाट्याने ऐकत होता. आता मात्र त्याला राहवेना. जागच्या जागीच सरकल्यासारखे करून तो म्हणाला,

“आगं आई गं! इकत्या गाड्यांना रस्ता तरी कसा घावत आसंल म्हंतो मी? चुकत बी आसंल एखांदी.”

पाटलांनी त्याच्याकडे कीव केल्याप्रमाणे पाहिले.

“गाडी म्हंजे लेका मेंढरू हाय व्हय?”

“न्हाई न्हाई.”

“आरं, तिथं तर दोन्ही बाजूनं बिल्डिंगा अन् मधनं गाडी पळतीय. आता बोल–”

“आग बाबौ.”

पाटलांनी मुंबईचे पुराण बराच वेळ चालविले. त्यावरून लोकांना बरीच नवीन हकिकत कळली. मुंबई हे फार मोठे गाव आहे. तिथे लाखो माणसे राहतात, मोठमोठ्या प्रचंड इमारती आहेत आणि समुद्र आहे इत्यादी माहिती पुष्कळांना होतीच. पण पाटलांनी सांगितलेली माहिती याहीपेक्षा अद्‌भुत होती. मुंबईचे लोक एकसारखे पळत असतात. ते का पळत असतात, ते काही कळत नाही. बहुधा त्यांच्या पाठीमागे पोलीस लागत असावेत. कारण मुंबईत डांबिस माणसं फार. मुंबईला समुद्र आहे ही तर गोष्ट खरीच, पण त्याचे वैशिष्ट्य म्हणजे त्यात भयंकर पाणी आहे. जिकडे बघावे, तिकडे पाणीच पाणी वाहत असते. मुंबईतल्या पोलिसांच्या हातात फार ताकद असते. त्याने हात आडवा केल्याबरोबर माणसे, वाहने, मोटारीफिटारी थांबतातच; पण कुत्री आणि गाढवेसुद्धा तिथल्या तिथे उभी राहतात. कुणाची पुढे

जाण्याची हिम्मत होत नाही. सिनेमाच्या थिएटरात गार वारा सोडण्याची सोय केलेली असते. इतका गार वारा कुठून आणतात, हे काही कळत नाही. तो बहुधा यंत्राने तयार करतात. खुर्चीत बसला माणूस, की डाराडूर झोप येते. तिथल्या बायका तर ड्रेस घालण्यात नटरंगी आहेत. एकीहून एकीची कडी असते. आपल्याकडे बघून त्या उगीच हसतात. किंबहुना जिकडे जिकडे आपण जावे, तिकडे तिकडे लोक हसून आपले स्वागत करतात.

पाटलांनी अशी निरनिराळी माहिती सांगितली. त्यावर बरीच प्रश्नोत्तरेही झाली आणि लोकांना पुष्कळ ज्ञान मिळाले. या सगळ्या प्रकारात फक्त आणखी एक तास गेला. बाहेर अंधार गुडूप पडला. बैठकीत गड्याने दोन कंदील लावून आणले. त्यांचा उजेट पाटलांच्या तोंडावर बरोबर पडेल, अशा बेताने ते ठेवले. दोन समयांच्या उजेडात शेंदूर लावलेला देव जसा दिसावा, तसा पाटील दिसू लागला. त्याच्या सांगण्याला आणखीन मजा चढली.

गणपतनेही इतका वेळ मोठ्या गोडीने सगळी कथा ऐकली होती. मुंबई-पुराण संपल्यावर तो म्हणाला,

"मग दिल्लीच्या परदर्शनात तर मायंदाळ बघाय मिळालं आसंल –"

पांडानं त्याच्याकडे निषेधाच्या सुरात पाहिले. "झालं, आलं का तुझं परदर्शन? जरा दमानं घे मर्दा. आजून कुठं इमानात बसल्यात पाटील तवर तू दिल्हीला पोचलासुदीक व्हय?"

विमान-प्रवासाची हकिकत ऐकायची गणपतलाही उत्सुकता होती. सगळ्यांनाच होती. म्हणून तो म्हणाला,

"बरं बुवा राह्यलं परदर्शन. झालं?"

नारायण चेंगटाने दिव्याची वात आणखी जरा वर चढवली. पाटलाच्या तोंडावर बरोबर उजेड पडेल अशी व्यवस्था केली.

"हां, आता बोला पाटील –"

पाटलांनी मग मुंबईत आपले कोण कोण पाहुणे आहेत, त्यांची नावे नि पत्ते काय, त्यांनी आपल्या विमानप्रवासाची कशीकशी व्यवस्था केली, याचे सुरस वर्णन केले. तिखटमीठ लावून केले. त्यात आणखी अर्धा घंटा गेल्यावर मग एकदाचे विमान सुटले.

"इमान सुटलं अन् मग लई पचिताप झाला. जसं उच्उच चाललं वर, तसा तसा पोटात गोळा माज्या. म्हनलं आता खाली येतूय का न्हाई आपुन कुणाला ठावं."

"मग? आला का न्हाई शेवट?" तम्माने तोंड उघडे ठेवूनच विचारले.

पांडाने त्याला डोळ्यांनी दाबले.

"ए, गप बैस. अडाण्यावानी इचारू नगंस."

"मला काय ऱ्हावलं न्हाई. मी इचारलं तिथल्या मानसास्नी, पर त्यांची भाषा मला समजंना, अन् माजी त्येन्ला समजंना –" पाटील पुढे म्हणाले, "मग मी नादच सोडला. म्हनलं, जे हुयाचं ते हुईल. जिवाच्या करारावरच बसलोय आपुन. आता काय भेयाचं?"

"पाटील पयल्यापासनं धाडशी लई." चेंगटाने मान हलवली.

"धाडशी म्हंजे?" पांडा कौतुकाने बोलला, "नुसतं इमान आभाळातनं जातंय, तर मला हिकडं धडकी भरतीय! मग पाटील कसं बसलं आसत्याल आत, त्येंचं त्येंनाच ठाऊक. काय गणपत?"

गणपतने त्या दोघांकडे लक्ष न देता विचारले,

"मग पोचला कवा दिल्लीत?"

"अरं, ऐक तर खरं मज्जा." पाटील पुन्हा एकदा हसले. इतक्या मोठ्यांदा हसले की, चेंगट आणि पांडाही मोठमोठ्यांदा हसू लागले.

"मला लागल्या वकाऱ्या व्हायल्या. जसं इमान वर जाया लागलं, तसतसं वकाऱ्या व्हाया लागल्या. पर तोंड मोकळं करावं कुटं?"

"व्हय की. इमानात कुठली आलीय मोरी अन् पायखाना?"

"मी बसलो तोंड हातानी दाबून धरून तसाच."

"ते बरं केलं बगा."

चेंगट म्हणाला, "नाहीतर खिडकीतनं मोकळं करायचं तोंड. मोटरीत न्हाई का बायामानसं करत्यात?"

"लेका, इमान म्हंजे मोटार न्हवं." रामा खरात बोलला, "त्याला कुठल्या आल्यात खिडक्या आन फिडक्या? धक्का लागून पडलं खाली, म्हणजे हाडसुदीक लागायचं न्हाई हाताला. कसं पाटील?"

पाटलांनी मान हलविली.

"छ्या छ्या! खिडक्या असत्यात हां. दोन्ही बाजूला बकळ खिडक्या. पर त्याला काचा हुत्या."

"आं? मग हो?"

"म्या केला हुता इचार. म्हटलं, द्यावी एक गुच्ची ठेऊन अन् फोडावी काच. करावं तोंड मोकळं. काय चार-दोन रुपयं लुकसान झालं तर दिलं भरून."

"तरी काय वाईट न्हवतं. मग?"

"व्हय की! आपल्याला काय पैशाला तोटा हाय?... मग पुढं काय झालं?"

पाटलांनी सगळ्यांकडे एकदा निरखून पाहिलं. एखादी महत्त्वाची गोष्ट सांगायची असली, म्हणजे माणूस जसा थोडासा थांबतो, ऐकणाऱ्याची उत्सुकता अजमावून

पाहतो आणि मग बोलतो, त्याप्रमाणे पाटील दोन मिनिटे थांबले. मग सगळ्यांकडे बारकाईने पाहत पाहत म्हणाले,

"लई गंमत उडली. इमानात हुती एक बाई. काम करनारी हां. आमच्यासारखी शीट नव्हं –"

"आं?"

"व्हय. पांढरा सफेत ड्रेस घातल्याली. ती आली की माझ्याजवळ."

"आता इच्या आयला! कशी काय हुती दिसायला?"

पाटलांनी गणपतीच्या हातासारखा पुढे हात करून दोन बोटांची ठाम चिमट धरली.

"नंबर वन हुती राव."

"आन मग?"

"माझ्याजवळ आली. मला मुसुलमानी भाषेत म्हणतीय काय 'घबराव नही, घबराव नही'– आन कसल्यातरी चिकट गोळ्या दिल्या खायला."

"ते कशापायी?"

"कुणाला ठावं? मला तोंड धुवायला सांगितलं. धुतलं. मग गोळ्या खाल्ल्या. तरी बी डोकं काय गरगरायचं ऱ्हाईना."

"बोलून चालून बाईच ती!" पांडाने बारीक सुरात शेर मारला, "आन नंबर वन पुन्हा. कसं डोस्कं ऱ्हायाचं नीट?"

"लेका, लईच चावट हायेस पांडा तू –"

पाटील गदगदून हसला. त्याचे पुढे आलेले पोटदेखील जोरजोरात हसले. एकदम चार-दोन जाती वाजली. बाकीची मंडळी हसू लागली. एकमेकांत कुजबुजू लागली. थोडा वेळ जिकडे तिकडे गलका झाला.

गणपत म्हणाला,

"इमानात इतकी मजा, तर परदर्शनात किती दिसली आसंल? न्हाई का पाटील?"

पाटील अजून विमानातच होता. त्या वेळच्या आठवणीने त्याला अजून हसू येत होतं. त्यातून पांडाने केलेली चेष्टा त्याच्या अंगी लागली होती. त्यामुळे तर त्याला फारच हसू फुटत होते. गणपतचे बोलणे ऐकून हसता हसता तो म्हणाला,

"आरं ह्ये काईच न्हाई. फुडची मजा ऐक जरा. फुडं तर लई भार उडाली."

हे ऐकल्यावर पुढची मंडळी एकदम शांत झाली. गलका थांबला. मागचे दोन पायांवरच पुढे सरकले. सगळ्यांनी कान टवकारले.

"फुडं काय झालं पाटील?"

"फुडं काय? – आमच्या खुर्चीला हुता योक पट्टा. त्या लेडीनं बांधला की माझ्या पोटाला."

“पोटाला पट्टा? आता हिच्या मी –” तम्माला आश्चर्य वाटलं.

“माज्या पोटाला सारखा तिचा हात लागायचा. मला अशा गुदगुल्या झाल्या म्हणताय! अरारारा!... काय इचारू नगा. लागलो सारखं हसायला. तशी ती लेडीबी हसाय लागली. आमी दोघं एकमेकाकडं बघतोय आन हसतोय... हसतोय आन बघतोय –”

बेकार पांडा, नारायण चेंगट, खरात सगळ्यांच्या डोळ्यांसमोर कल्पनेने ते चित्र उभे राहिले. खरातला पाटील आणि ती बाई हसत आहेत, असे दिसले. पांडाला पाटलाबरोबर आपणही त्या विमानात होतो आणि आपण प्रत्यक्ष हा देखावा पाहिला, असे वाटले. नारायण चेंगटाचे लग्न झाले नव्हते, त्यामुळे त्या बाईने आपल्यालाच गुदगुल्या केल्या, असे त्याला वाटू लागले. आपण आणि ती बाई एकमेकांकडे बघून हसतो आहोत, असे स्वप्न त्याला तिथल्या तिथे पडले आणि तो मनाशी हसू लागला. जणू काही त्याला खरोखरच गुदगुल्या होत होत्या, अशा थाटात पोट आवळून आवळून हसू लागला.

गणपत म्हणाला, “तर अशी बहार उडाली म्हणता? आन अशा रीतीनं तुम्ही दिल्लीला गेला. मग परदर्शनात –”

“आरं तिच्या परदर्शनाच्या मी –” पांडा रागारागाने बोलला, “जरा पाटलाच्या सोयसवडीनं घे की... हां, मग फुडं काय झालं?”

पाटलाने आपल्या मोरपंखी मिशावरनं हात चोळला.

“फुडं काय? सारखा माजा पट्टा सुटायचा आन सारखा ती बांधायची. दोन तासात संघस्टन वाढलं. मला चोरून तिनं कायबाय खायालाबी दिलं.”

“चोरून?”

“व्हय, समद्यांनी डोळं मिटलं होतं. झोपलं हुते. तेवढ्यात दिलं.”

“दाब चान्स मारला पाटील तुमी.”

“मग सांगतो काय! मला तिनं इचारलंबी –”

“काय?”

“कोन, कुठले, कुठं चालला म्हणून. म्या सांगितलं, आसं आसं परदर्शन बघाय चाललोय. मला म्हनली, तुम्ही तिथंच जायाला पाहिजे. तुमचा लई उपेग हाये थितं.”

पुन्हा पाटलाने बराच वेळ बडबड केली. तिच्यात आणि आपल्यात काय संभाषण झाले, हे फिरून फिरून सांगितले. त्यावरून लोकांना कळले, की पाटलाचे नाव, घराणे, पैसाअडका याची तिच्या मनावर बरीच छाप पडली असावी. दोन-अडीच तासांत जातायेता आपल्याकडे बघण्याइतके सूत जुळले. तिच्या मनात काहीतरी आणखी बोलावे, असे दिसत होते. पण इतर शिटा जवळपास असल्यामुळे

तिला ते करता आले नसावे. पण एवढी गोष्ट खरी की, ती कोवळ्या दृष्टीने पाटलाकडे पाहत होती. त्यात काडीमात्र संशय नव्हता.

ही कथा सांगायला पाटलाला आणखी एक तास लागला. पुढचे पुढचे लोक चवीने ऐकत राहिले. मागच्यांच्या डोळ्यांवर चांगली पेंग आली. कुणी बसल्याबसल्या डुलक्याच घेतल्या. काही जण जागा बघून तिथंच लवंडले.

वेळ बराच गेला. बाहेर रात्र वाढली. अंधार दाट झाला. जिकडेतिकडे सामसूम झाली.

गणपतला चांगल्याच जांभया यायला लागल्या होत्या. डोळे चुरचुरत होते. प्रदर्शनाची हकिकत ऐकायची त्याला फार उत्सुकता होती. म्हणूनच झोप येत होती, तरीसुद्धा तो ऐकत बसला होता. पण मध्यरात्र झाली, तरी पाटील विमानातून काही खाली उतरत नव्हता. आता काय करावे?

शेवटी मोठी जांभई देऊन त्याने डोळ्यातले पाणी पुसले.

"मग परदर्शनात –"

चेंगट त्याला मधेच अडवून म्हणाला,

"तू ऐक, ए ऐक. आत्ताशीक कुठे रंगलंय काम. मधी बिबा घालू नगंस."

"व्हय, पन दिल्ली आली का न्हाई शेवटाला?"

"आली रं! त्योच समदा घोटाळा झाला –"

एवढे बोलून पाटलाने एक मोठा सुस्कारा सोडला. भिंतीकडे बघत तो क्षणभर गप्प राहिला. त्याचा इतका वेळ खुललेला चेहरा उतरलेला दिसला.

पांडाला मोठे आश्चर्य वाटले. वाळलेल्या ओठांवरून जीभ फिरवीत त्याने हावरेपणाने विचारले, "मग! दोन तासांत संघस्टन जुळलं. फुडं?"

ज्या बाईवर पाटलाचे मन बसले, ती बाई घरी आणल्याशिवाय पाटील राहत नाही, याबद्दल चेंगटाची खात्री होती. बहुधा पाटलाचे लक्ष बोडक्या बाईकडेच जाते, असा अनुभव होता. तेव्हा विमानातली ही बाईसुद्धा बोडक्या बायांपैकीच असली पाहिजे. तसे असले तर मग काम जुळल्यासारखे होते. काही कठीण नव्हते. म्हणून त्याने विचारले,

"कुकू हुतं का तिच्या कपाळावर?"

पाटलाने नकारार्थी मान हलविली.

"काय दिसलं तर न्हाई. पर आपल्या जातीपैकी काय दिसली नाई."

"मग काय बिघडलं?"

काही असले, तरी या बाईला पाटलाने बगलेत मारले असलेच पाहिजे, याविषयी चेंगट नि:शंक होता. न जाणो, तिला पाटलाने घरीसुद्धा आणली असेल, या कल्पनेने त्याने बैठकीतूनच वाड्याकडे सर्वत्र दृष्टी टाकली. बैठकीजवळच्या

अंधाऱ्या माजघराकडेही मान उंच उंच करून बसल्या जागेवरून पाहिले. पण काही दिसले नाही. तरीसुद्धा ठाम सुरात तो म्हणाला,

"फुडं काय असनार? ठरल्यालंच हाय –"

"काय?"

"पाटील हिंडलं असत्याल चैनीनं तिला घेऊन संगट. पेशल बैलगाडी करून समद्या दिल्लीतनं फिरलं आसत्याले. दुसरं काय?"

"व्हय पाटील?"

पाटलाने मान खाली घातली. चेहरा फार कसनुसा केला. निराशेने मान हलवीत तो म्हणाला,

"हाड्‌ तिच्या मारी –"

"का वं?"

"समदा इस्कुट झाला रं."

"का वं?"

"घंटाभरात दिल्ली आली रं."

"अरारारा –"

"आणखी दोन घंटे पायजे हुते." पाटलाने आपली दोन जाडजूड बोटे हवेत उभी केली – "म्हंजे कांडकंच तोडत हुतो. बराबर गारद केलं आसतं तिला."

हळूहळू पाटलाने राहिलेली हकिकत सांगून संपविली. विमान दिल्लीत पोचले आणि सगळे बाहेर पडले. त्या बाईने पाटलाची चौकशी करून निरोप दिला. हात हलवला. मग पुन्हा काही ती दिसली नाही. इकडेतिकडे खूप चौकशा केल्या, पण काही पत्ता लागला नाही.

शेवट ऐकून चेंगटाची आणि पांडाची फार निराशा झाली. पांडा म्हणाला, "तरी काय हरकत नव्हती. पुन्हा सुटायचं इमानानं. म्हंजे पडली असती गाठ."

पाटील काहीच बोलला नाही. मान खाली घालून तो तसाच बसून राहिला. मग त्यानेही मोठी जांभई दिली.

आता जरा गणपतला बरं वाटलं. संपली एकदाची ही हकिकत. आता परदर्शनाची माहिती विचारायला हरकत नाही. आता काही कुणी अडविणार नाही.

डोळे चोळून पाठ ताठ करीत गणपतने पाठीची हाडे कडाकड मोडली. थोडासा पाटलाच्या बाजूला सरकून तो उत्साहाने म्हणाला,

"हां, आता सांगा –"

पाटलाने त्याच्याकडे त्रासिक दृष्टीने पाहिले.

"काय?"

"प्रदर्शनातलं."

“कसलं लेका परदर्शन घेऊन बसलास अन् काय? ह्यॅ:!”

गणपत आश्चर्याने बोलला, “म्हंजे?”

पाटलाने पुन्हा मान वर केली. त्याचा चेहरा पुन्हा उतरला. भरड्या आवाजाला दु:खाची धार आली.

“ती लेडी काय पुन्हा भेटली न्हाई. मन उदासच झालं माजं. इचार करकर केला आन पुन्यांदा इमानाचं तिकीट काडलं.”

पांडा पुन्हा उत्सुकतेने पुढे सरकला.

“आन मग?”

“काय उपेग झाला न्हाई. दुसरंच काम भेटलं. निवळ बाप्या तिच्या मारी. ह्ये मिशा एकेक. बगितल्यावर नुसतं सा महिनं दुखणं यायचं. आलो तसाच मागारी मुंबईला. जे आलो ते मग हिकडंच आलो! –”

☐

वारस

कोमट्याचा म्हातारा डिगूनाना आपल्या दुकानात केव्हा मरून पडला, हे कुणाला कळलेच नाही. त्याचे दुकान होतेच आधी टिचभर. त्यातून किराणा मालाची दहा-पंधरा डबडी, दोन-पाच पोती आणि आठ-दहा पाट्या. बसायला तेलकट पाट आणि त्यापाठीमागे जुनाट लाकडी माडाचा आडोसा. या आडोशातल्या मूठभर जागेतच म्हाताऱ्याचे अंथरुण-पांघरुण पसरलेले असायचे. पाटावर नसे, तेव्हा तो अंथरुणावर असे. अंथरुणावर नसे, तेव्हा खोकत खोकत पाटावर बसून गिऱ्हाइकांची वाट पाहत बसलेला दिसे. अलीकडे तो जरा आजारीच असे. दुकान उघडलेले असायचे, पण म्हातारा अंथरुणावर पडून राही. गिऱ्हाईक मूळचेच बेताचे. तालुक्याच्या गावी आणि त्यातून आजूबाजूच्या गल्लीत असलेल्या दुकानाला गिऱ्हाइकांचा उपद्रव कितीसा असणार? त्यातून माल देताना, मोड परत करताना म्हाताऱ्याचे हात एकसारखे थरथरत. एवढ्याशा गोष्टीला पाच मिनिटे लागत. म्हातारपणामुळे कुणी काही बोलले की, तो वसकन अंगावर येई. मोठ्यांदा खेकसे. त्यामुळे त्याच्या वाट्याला कुणी जातच नसे. दुकान आपले नुसते उघडे असायचे इतकेच. आतल्या वाड्यातली अंतू बामणाची बायको त्याला चहा आणून देई. दुपारच्या वेळी आमटी-भाकरी आणून देई. त्यांचे त्या दुकानात खाते असल्यामुळे आणि पैसे लवकर देण्याची शक्यता फारशी नसल्यामुळे या गोष्टी करण्याची काळजी त्याच्या बायकोने सतत घेतली होती. एरवी कुणी त्याच्याकडे फारसे फिरकत नसे. तसे जवळचे नात्यातले म्हाताऱ्याला कुणी नव्हतेच. निदान असल्याचे कुणी कधी पाहिले नव्हते. त्यामुळे त्याच्याकडे येणार कोण आणि चौकशी करणार कोण?

महिना, दोन महिने झाले म्हातारा आपला पडूनच आहे, इतकेच जवळपासच्या लोकांना माहीत होते.

– आणि म्हातारा एके दिवशी अपरात्री केव्हातरी मरून गेला झाले! केव्हा त्याचा प्राण गेला, केव्हा त्याने मान टाकली, हे कोणाला कळलेही नाही.

सकाळ झाली. चांगली उन्हे पडली. राधाबाई नेहमीप्रमाणे चहाचा कप घेऊन मागच्या दाराने दुकानात गेली, तेव्हा तिला हा प्रकार दिसला. ताठरलेले अंग, कलती मान, आ वासलेले तोंड आणि डोळ्यांच्या कवड्या.

हातातला चहाचा कप नीट सांभाळीत अंतू बामणाची बायको तशीच मागे फिरली. झटक्याने घरात गेली. घाबऱ्याघाबऱ्या नवऱ्याला म्हणाली,

"म्हातारा गेला वाटतं."

अंतू बामण अजून अंथरुणातच होता. त्याच्या अंगावरचे पांघरुण अजून निघालेलेच नव्हते. उन्हे अंगावर येऊन वरची पासोडी गरम झाल्याखेरीज तो बहुतेक अंथरुणातून बाहेर निघतच नसे. म्हणून बायकोने भराभरा काहीतरी शब्द उच्चारलेले त्याने ऐकले, तरी त्याने कसलीच हालचाल केली नाही. पण बायकोने पुन्हा हाक मारून तेच शब्द त्याला ऐकवले, तेव्हा त्याने जरा डोळे किलकिले केले. मोठी जांभई दिली.

"काय म्हणालीस?"

"कोमट्याचा म्हातारा –"

"हां –"

"गेला वाटतं."

"आँ?" अंतूची झोप खाड्कन गेली.

"खरं म्हणतीस?"

"मग काय चेष्टा करती का मी?"

"कवाशीक पण?"

"आत्ताच बघून आले."

असे म्हणून राधाबाईने मघाचा सगळा प्रसंग तिखटमीठ लावून वर्णन करून पुन्हा सांगितला. त्याबरोबर बामण अंथरुणावर खाड्कन उठून बसला. ऐकता ऐकता त्याने पाण्याच्या गुळण्या करून चूळ भरली. मग बायकोच्या हातातला चहाचा कप ओढून घेऊन घशाखाली घातला. आता कोठे त्याच्या चेहऱ्यावर टवटवी दिसू लागली.

"पण नक्की का? तू हात लावून बघितलंस का?"

"आता काय करावं? अहो, सांगती काय मी मग? मान अश्शी पडलेली, डोळ्यांच्या कवड्या, हातपाय ताठ, तोंड आ केलेलं –"

"आगं म्हातारा नेहमीच तसा दिसतो. तू हात लावून बघितलंस का? नाही ना? मला वाटलंच. तू पयल्यापासनं अर्धवट काम करणारी बाई, रीतसर गोष्ट मुळी म्हाईतच नाही." अंतूने तोंड वाकडे केले.

"तुमीच जाऊन हात लावा जा. बगा तर खरं का खोटं."

"ते आता आलंच."

अंतू बामण उठला. तोंड पुसून त्याने बिनगुंड्याचा सदरा अंगात अडकवला आणि दुकानाच्या दिशेने भराभरा गेला. थोड्याच वेळाने राधाबाईही त्याच्या पाठोपाठ उत्सुकतेने गेली.

अंतूने दरवाज्यात उभा राहून आधी अदमास घेतला; लांबूनच घेतला. आपल्या बायकोचा अंदाज खरा आहे, ही गोष्ट त्याला पटली. तथापि पुढे होऊन त्याने म्हाताऱ्याच्या अंगाला हात लावला. पोटावर पंजा पसरला. नाकापाशी सूत धरले. म्हातारा मेला हे नक्कीच. काही संशयच नको. अगदी शंभर टक्के मेला.

तोंडाला पदर लावून राधाबाई दरवाज्यात उभी होती. ती खाजगी आवाजात म्हणाली,

"आता हो? पुढं?"

"शूऽ!" अंतू बामणाने बोटाने गप्प बसण्याची खूण केली. "उगीच बोभाटा करू नकोस. जरा थांब सा महिने म्हातारा आपल्याकडं जेवलाय. ना पैसा ना पाणी. उगीच पोराचोराची धन व्हायला नको."

"तेच म्हणते मी."

"शूऽ! गप बस." पुन्हा अंतूने हाताने खूण केली. मग त्याने पाटाजवळची पैशाची पेटी उघडून पाहिली. चिल्लर नाण्यांचा चार-दोन रुपयांचा खुर्दा निघाला. तो त्याने चट्दिशी बाहेर काढला आणि कमरेला लावला. मग अंथरुणापाशी, उशीखाली, वरखाली करून बघितलं. त्याचा अदमास खरा ठरला. पाचपन्नास रुपयांच्या नोटा निघाल्या. त्यांची पुरचुंडी करून त्याने बायकोच्या हातात दिली. चार-दोन पायलीचे गव्हाचे पोते काखोटीला मारले. भराभरा घरात ठेवले. सगळे जिथल्या तिथे झाले. कुणाला काही मागूमसही लागला नाही.

जिथल्या तिथे सगळ्या गोष्टी झाल्या. मग राधाबाईने एकदम हंबरडा फोडला. दहा-पंधरा मिनिटांत जवळपासचे लोक जमले.

राधाबाईच्या हंबरड्यावरनं अदमास आलाच होता. उरलासुरला प्रत्यक्ष दुकानात डोकावल्यावर नाहीसा झाला. म्हातारा डिगा केव्हातरी मरायचाच होता, हे सगळ्यांनाच ठाऊक होते. पण तो आज मेला, हे निश्चित झाले. अंतू बामणाशी आणि इतर दोघाचौघांशी बोलणी झाल्यावर सगळ्यांना समजले की, म्हातारा अपरात्रीच केव्हातरी खलास झाला. नेमका केव्हा गेला, हे कळायला काही मार्ग नाही. बहुतेक पहाटे

मेला असावा. सकाळी नेहमीप्रमाणे राधाबाई चहाचा कप घेऊन म्हाताऱ्याकडे गेली, तेव्हा तिला ही गोष्ट पहिल्यांदा दिसली. म्हाताऱ्याचे आणि तिचे संबंध फार जवळचे. म्हातारा तिला जवळ जवळ लेकीसारखाच मानायचा. तिनेही त्याची सेवा केलेली. त्यामुळे म्हाताऱ्याने डोळे मिटले, हे दिसल्यावर राधाबाईने एकदम हंबरडाच फोडला. अंतू बामणालाही त्याच वेळी ही दु:खद बातमी कळली. बाकीचे लोक तोपर्यंत आलेच.

एवढी सगळी वार्ता यथास्थितपणे लोकांना सांगून झाल्यावर डोळे पुशीत पुशीत अंतू बामण म्हणाला, ''हुं! गेला शेवटाला. बरं झालं, सुटला बिचारा. फार हाल चालले हुते. जवळ पैसा नाही, आडका नाही. अन् आसलं आजारीपण पुन्हा! काय करील मरील न्हाई तर? तरी आम्ही फार शेवा केली.''

''रोज सकाळचा चहा कधी चुकला नाही माझ्या हातचा –'' राधाबाई हुंदके देत देत म्हणाली, ''शिवाय दुपारी भाकरी दुधात कुस्करून बरं का.''

जवळच्या घिसाडी तालमीतला पैलवान भिमू घिसाडी फळीजवळच उभा होता. म्हातारा मेला, याबद्दल त्याला कुठेतरी कोपऱ्यात वाईट वाटत होतं. पण पंधरावीस रुपयांची उधारी द्यायची टळली, या विचाराने हलकेहलकेही वाटत होते. होय, पंधरा-वीस रुपये म्हणजे काय चेष्टा आहे काय? त्यातून म्हातारा फार खवीस. जाता येता लेकाचा उधारी मागायचा. गेला हे एका दृष्टीने बरेच झाले.

तांबड्यालाल धोतराचा सोगा तोंडापुढे घेऊन तो म्हणाला, ''परवाच्या दिवशी मागची बाकी देऊन टाकली म्हून बरं झालं! न्हाईतर जन्माचं रीण ऱ्हायलं असतं.''

''खरं हाये. मेलेल्या माणसाचं पैसं ऱ्हानं लई वाईट. द्येयाचं म्हनलं, तरी देता येत न्हाईत.'' कुणीतरी मान हलवली.

''मंग सांगतोय काय! दिले म्हून बरं झालं –''

''पर बराबर पैशे दिलतेस का? का मोड ऱ्हायली घेयाची?''

भिमू घसाड्याने हवेत हातवारे केले, 'जाऊ द्या, चालायचंच.' अशा अर्थाने.

''चालायचंच माणिकराव. बाकी हुती तेरा रुपयं अकरा आनं. अन् म्या दिलं वट्ट पंधरा. धाची एक नोट आन पाचाची एक. म्हटलं कुटं जातेत पैशे. जाऊ द्या गेले तर गेले. एवढ्यातेवढ्यानं काय हुयाचंय? मानसासारकं मानूस गेलं. तिथं आपल्या मोडीचं काय घेऊन बसलाय?''

म्हाताऱ्याला भिमू घिसाड्याकडून दहा-पंधरा रुपये येणं होतं, हे सगळ्यांनाच ठाऊक होतं. अंतू बामणाला तर नेमका आकडाही ठाऊक होता. भिमूने पैसे दिले नाहीत, याबद्दल त्याची पुरेपूर खात्री होती, पण बोलायचे कुणी? आपण अविश्वास दाखवला, तरी पैसे आता वसूल होण्याची आशा नाहीच, पण पैलवान मनात डूक धरून बसेल. मागाहून कुठं लेकाचा उसने फेडील, ते सांगता यायचे नाही. मग

कशाला नाही म्हणा. दिले म्हणतो, तर दिले म्हणा की. आपल्या काय बापाचे जाते? नाहीतर तंगडीबिंगडी मोडायची एखाद्या वेळेस.

अंतू बामणाने समाधान झाल्यासारखी मान हलविली.

"आसंल हां. परवाच्च्या दिवशीच म्हाताऱ्याने कसलेतरी पैसे दाखवले खरे मला. त्यात एक धाची नोट हुती, आन एक पाचाची हुती. बरं झालं भिमू देऊन टाकलेस ते. लख्ख काम झालं."

"आपलं कामच पयल्यापासनं तसं हाये. आधी उधारी करायची न्हाई आन केली तर बाकी लगीच देऊन टाकायची."

शिंप्याचा महादू हे सगळे बोलणे ऐकत भिमू घिसाड्याच्या जवळच उभा होता. महिन्यापूर्वीच त्याने दोन शेर ज्वारी म्हाताऱ्याकडून नेली होती. त्याचे पैसे द्यायचे होते. आज देऊ, उद्या देऊ करीत महिना गेला आणि आज तर म्हातारा मरून गेला. आता पैसे द्यायचे तरी कोणाला? दोन शेर ज्वारी म्हणजे अशी काय मोठी गोष्ट! पण कुणी वारसच नाही त्याला, तर पैसे कसे फेडणार? आता कुणातरी चोरापोराला देण्यात काय फायदा? त्यापेक्षा न देणंच उत्तम.

असा विचार करून तो दु:खाने म्हणाला, "म्हातारा लई मायाळू. नडीला नेहमी उपयोगी पडणारा. आन कुनाच्याबी बरं का मानिकराव, वळखीचा असूनसू –"

माणिकराव नावाचे गृहस्थ हे गल्लीचे स्वयंभू पुढारी आणि त्या वाड्याचे मालक होते. दुटांगी धोतर, अंगात फाटका गंजीफरास अन् कपाळाला दुबोटी भस्म लावलेला हा काळा कुळकुळीत माणूस बिडी ओढीत दोन पायांवर जवळच्या फळीवर बसला होता. महादूचा हा अभिप्राय ऐकून त्याने तोंडाला साठलेला धूर गपकन सोडला.

"म्हंजे तुला कायतरी दिलं होतं म्हण की."

"हां."

"काय दिलतं रे?"

"शेरभर जवारी."

"आन पैसे? ते दिले नसशीलच तू?"

"मग सांगतोय काय मी? लई नड हुती. म्हाताऱ्याजवळ गोष्ट काढली नुस्ती की लगीच त्यानं दिली. आन वर म्हणतोय कसा –"

"कसा?" पुन्हा धूर सुटला.

"महादा, हे बघ, तू काय याचे पैसे मला देऊ नगंस. मागं तू न्हाई का माजी काजंबटनं फुकाट करून दिलीस? मग आता या शेरभर ज्वारीचं काय? जा घेऊन तशीच."

"आसं म्हनाला?"

“तर काय!”

माणिकरावांनी बिडी सबंध ओढून संपवली. मग खाली गटारात टाकली. उरला सुरला धूर सोडीत त्यांनी चमत्कारिक दृष्टीने महादू शिंप्याकडे पाहिले. त्याबरोबर महादूच्या पोटात एकदम गोळाच उठला. “बराय जातो, आजून आंघोळी हुयाच्यात माझ्या –” असं म्हणून तो तिथनं सटकला आणि गर्दीतनं दिसेनासा झाला. त्याच्याकडं बघत बघत माणिकरावानं तुच्छता दाखवणारा एक हुंकार दिला.

“हुं:! आता कुनीबी थापा माराव्या आन काय पण सांगावं! खरं का खोटं म्हणायला म्हातारा काही उठत नाही.”

“त्याचा काही नेम नाही माणिकराव,” एकाने अविश्वास दाखविणारी मुद्रा केली. “म्हातारा पैशाला लई चिकट. कानापाशी आजून रुप्पयं खुळखुळ करा. ताडकन उठतोय का न्हाई म्हातारा बगा तुमी.”

“हे मात्र खरं बरं का. जात पैशाला लई चिकट. आता तीन-चार महिन्यांचं भाडं माझं थकलं – पण दिलं काही नाही शेवटी.” माणिकरावांनी तोंड वाईट केलं.”

“अर्रर्रर्र... मग आता?”

“आता काय? एकतर बुडीत खातं म्हणायचं, नाहीतर दुकानातला माल उचलून तेवढी भरपाई करायची.”

“रास्त आहे. अगदी बरोबर.” भिमू घिसाड्याला माणिकरावचा मुद्दा मनापासून पटला.

“जातीचे लोक आत्ता जमतील. वर्गणी करून नेतील. त्याच्या आधीच तुमचा माल तुम्ही उचललेला बरा.”

“आसं म्हणता –?”

माणिकरावाने डोळे मिटून थोडा विचार केला. पुन्हा डोळे उघडून सगळ्या मंडळींकडे टक लावून पाहिले. मग दुकानात शिरून त्याने हाताला लागले ते दोन-चार डबे उचलले आणि पलीकडच्या आपल्या घरात नेले. एका मागोमाग चार डबे बघता बघता दुकानातून नाहीसे झाले, तेव्हा सगळी मंडळी थोडी अस्वस्थ झाली. आपसात कुजबुजू लागली. त्यांच्या चेहऱ्यावर नापसंती दिसली. अंतू बामण तर रागारागात इकडे तिकडे फिरत राहिला. तोंडाने म्हणू लागला,

“अरे न्या की. आमी काय नाही म्हणतोय का? पण किती? त्याला काही प्रमाण? सबंध डाळ, तांदूळ आणि कणिक मारली? आमी काय बोंबलावं आता?”

“तर काय?” केराप्पा गवळी जीभ बाहेर काढून बोलला, “ही काय वसुलीची पद्धत झाली? दुकानात मुडदा तसाच आन ह्येंची डबं पळवायची घाई.”

“जातीची माणसं येस्तवर बी दम न्हाई.”

“फुकटचा कांदा आन हाण रे दादा.”

"माणिकरावाचा दाब झाला. मस्त चान्स मारला. लई हुशार माणूस."

यप्रमाणे संभाषण झालं. कुणी काही बडबड केली. पण माणिकरावाला तोंडावर बोलण्याचे धाडस कुणालाच झाले नाही. चार डबे गेले ते गेलेच. आता निदान म्हाताऱ्याची पुढची व्यवस्था तरी बघा, असा मुद्दा एकाने काढला. तेव्हा सगळ्यांच्या ध्यानात आले की, या देण्याघेण्याच्या भानगडीत ही गोष्ट आपण सगळेच विसरलो. जातीच्या लोकांना वर्दी दिली पाहिजे. ही गोष्ट तर खरीच; पण त्याच वेळी पुढच्या सामानाची तजवीजही करून ठेवली पाहिजे. जात झाली म्हणून काय झाले? पुढचा खर्च करायला कोण तयार होणार! आपणच पुढाकार घेऊन तयारी करून ठेवावी हे उत्तम. हा विचार ठरला. केराप्पा गवळी पुढे सरसावला. तो म्हणाला,

"तयारी काय, आमीसुदीक करूच की. पण पैसे कुठनं आणायचे?"

कोरड्या ओठांवरून जीभ फिरवीत भिमू घिसाडी म्हणाला, "दुसरा काय रस्ताच न्हाई. पोतं उचलायचं एक, कुठं तरी टाकायचं आडगिऱ्हाइकी इकून आन सर्पण आणायचं. हाय काय आन न्हाई काय –"

"तुमची फर्मिशन आसली म्हंजे बरं."

असं म्हणून केराप्पाने घाईघाईने एका ढांगेत दुकानाची फळी गाठली. वर चढून गव्हाचे अर्धे पोते आणले आणि पाठकुळीला मारले. "बघतो, एवढ्यात सर्पण भागतंय का, नाहीतर मी कायतरी येवस्ता करतो –" असं म्हणून तो बाहेर पडला आणि पोते पाठीवर टाकून दिसेनासा झाला. "तुमी हिकडचं बगा. मी परभाऱ्या स्मशानात येतो." असं सांगायला मात्र तो विसरला नाही. मग भिमू घिसाड्यालाही एकाएकी बळ आलं. त्यानही कुठलातरी बोजा उचलला आणि 'कडबा, गाडगे, बांबू बगतो' म्हणून त्याने धूम ठोकली. तिसऱ्या एकाने डाळीची पाटी उचलली आणि तो कापड आणण्याच्या उच्च ध्येयाने प्रेरित होऊन तिथून अंतर्धान पावला.

असाच आणखी काही वेळ गेला असता, तर म्हाताऱ्या डिगूनानाची पुढची सगळी व्यवस्था पूर्ण होऊन इकडे दुकान आरशासारखे स्वच्छ झाले असते. पण तेवढ्यात डिगूनानाच्या जातीची काही मंडळी तेथे येऊन ठेपली. त्यामुळे हा परोपकाराचा मार्ग बंद झाला आणि पुढची तयारी खरोखरच हळूहळू सुरू झाली. भिमू घिसाड्याने कुठूनतरी थोडासा कडबा आणि इतर सामान आणून हजर केल्यावर पुढच्या व्यवस्थेला सगळी मंडळी लागली. सगळी कामे संपवून माणसे निघणार, त्या वेळी कुणालातरी आठवण झाली.

"अरे पण पुढचं शिंकाळं कोण धरणार? म्हाताऱ्याचा कुणी नातेवाईक नाही का?"

जमलेल्या माणसात डिगूनानाचा वारस कुणीच दिसत नव्हता. सगळे जण

एकमेकांकडे पाहू लागले. अंतू बामण म्हणाला, "म्हाताऱ्याला कुठं कोण होतं? आहे एक सख्खा भाऊ, पण तो राहिला लांब सोलापूरला. उचला तसंच."

"तसं कसं? शास्त्राला धरून व्हावं शक्यतो –" असं म्हणून जमावापैकी एकाने गर्दीतल्या कुणाला तरी हाक मारली. तो पुढे आल्यावर त्याला विचारलं,

"ए लेका, म्हातारा तुझा मामा होता ना रे औदुंबर?"

तो लेकाचा औदुंबर धोतराचा सोगा हातात धरून, ही काय बिलामत आली, अशा मुद्रेनं सगळीकडे पाहू लागला. या प्रश्नावर तो एवढेच म्हणाला,

"आँ?"

"अरे, म्हातारा तुझा मामा ना?"

"पण मावसमामा."

"मावस का हुईना पण मामा ना?"

"होय, पण मावसमामा."

"ते आसू दे, मग तूच त्याचा वारस. धर शिंकाळं."

"वारस म्हणायला काय आहे दुकानात आता?" औदुंबर सोगा खांद्यावर टाकून दुकानाकडे बघत खणखणीत सुरात बोलला, "रिकामी डबडी आन पाट्या? त्या घेऊन काय करू? म्हाताऱ्याच्या मातीलाच पाचपन्नास रुपये खर्च येईल. तो कुठून करू मी?"

"लेका, सख्खा मावसमामा तुझा. आँ? आन त्याच्या मातीला पैसे द्यायचे नाहीत तर कुणाच्या देणार रे?"

"ते सगळं खरं, पण माझ्याजवळ पन्नास रुपये निघायला नकोत का? इथं दातावर मारायला पैसा नाही, आन ह्यो धंदा कसा काय करू मी?"

"वारस म्हणून दुकान घे की तू. तेवढं पैसे हसतखेळत निघतील."

"काय हाये दुकानात? विनाकारण पदरमोडीचं काम."

"पण तुझा मावसमामा –"

"मरू दे तो मामा. पेटू दे. जन्मात कधी भाषा नाही आमची आन् –"

"मेलेलाच आहे मर्दा –" भिमू घिसाडी पुढे होऊन म्हणाला, "आन पेटवायचंच हाय त्याला! म्हणून तर ही खटपट चाललीय!"

असा संवाद दहा-पंधरा मिनिटं चालला. लोकांनी जीव तोडून औदुंबरला सांगितलं की, जवळच्या नात्यातल्या माणसाच्या बाबतीत असा निष्ठुरपणा करणं चांगलं नाही. आम्ही गल्लीतले उपरे लोक, पण तरीसुद्धा सगळ्यांनी त्याची सेवा केली. शेवटपर्यंत चांगले म्हणवून घेतले. मेल्यावरसुद्धा राखण केली. म्हातारा जिवंत असता, तर आपण मेल्यावरदेखील लोकांनी आपल्यासाठी किती कष्ट उचलले, ते पाहून तो नक्कीच गहिवरून गेला असता. इतकी लोकांची दानत

चांगली आणि नातेवाइकांनी असली बेपर्वाई दाखवावी म्हणजे काय आहे काय? मूर्खा, कुठे फेडशील हे पाप?

लोकांनी अशा प्रकारचा उपदेश केल्यावर औदुंबरही खवळला आणि आपले फाटके धोतर सावरीत सावरीत तो सगळ्यांना शिव्या देऊ लागला. आपण का खर्च करणार नाही, याची कारणे पुन:पुन्हा लोकांना पटवून देऊ लागला. जिवंतपणी जो म्हातारा आपल्याकडे ढुंकूनही पाहत नव्हता, त्याचे नाते कसले? आणि तो कसला आलाय मावसमामा? मावसच काय, पण चुलतमामा असता तरी आम्ही काय करणार? आणि त्यातूनही एखाद्या वेळेस त्याच्या मातीला हातभार लावला असता, पण पदरचे पन्नास-पाऊणशे खर्च कुठून करायचे? हा सगळा आंतबट्याचा धंदा करायला कुठल्या देवाने सांगितले आहे? जनरीत म्हणून मातीला आलोय, तेवढा पुरे. उगीच तुम्ही मला नसत्या भरीला घालू नका.

औदुंबराचा हा आरडाओरडा ऐकल्यावर जातीतला एक म्होरक्या मान हलवून म्हणाला,

"म्हाताऱ्याच्या दुकानात काहीच नाही म्हणजे आश्चर्यच आहे! बरं, ते असू द्या. आता वर्गणी करून पुढची व्यवस्था केली पाहिजे. दुकानातला माल तपासा. यादी करा अन् कुलूप लावून, सील लावून मग म्हाताऱ्याला उचला."

हे बोलणे सगळ्यांना मान्य झाले. दुकानात जे काही होते, त्याची यादी करण्याचे काम सुरू झाले. दोन-चार पोती, आठ-दहा पाट्या अन् दहा-वीस लहान डबे. यादी करायला असा कितीसा वेळ? दहा-पंधरा मिनिटांत सगळा हिशेब होत आला. तेवढ्यात सामान तपासणारा एक जण एक डबा उघडता उघडता ओरडला,

"अरे लेको –"

सगळे जण त्याच्या तोंडाकडे आश्चर्याने पाहू लागले. काय झाले, ते कुणालाच कळेना. माणिकराव पुढे होऊन विडीचा धूर सोडीत संथपणाने म्हणाले,

"काय हो, काय झालं?"

उघडा डबा सगळ्यांना दाखवीत तो माणूस म्हणाला,

"नोटांचं आख्खं बंडल. दोन-तीनशे रुपये तरी असतील."

"मोजा, मोजा."

दोन-तीनशे रुपये असलेले नोटांचे बंडल एका डब्यात सापडले, हे ऐकल्यावर तिथे जमलेल्या मंडळींत फारच खळबळ उडाली. हाच नेमका डबा आपल्याला कसा काय सापडला नाही, याची माणिकरावाला खंत वाटली. भिमू घिसाड्याला तो डबा सोडून पोते उचलल्याचा फार पश्चाताप झाला. इतके दिवस जवळ राहून म्हाताऱ्याने या गोष्टीची दाद लागू दिली नाही, हे पाहून अंतू बामणाने म्हाताऱ्याला मनातल्या मनात शिव्या दिल्या. डिगूनानाच्या या चोरट्या कारभाराबद्दल सगळ्यांनाच राग

आला. म्हातारा एकूण पहिल्यापासूनच डांबिस, असे सगळ्यांचे एकमत झाले. जो तो एकमेकांशी कुजबुजू लागला. थोडा वेळ सगळीकडे गोंधळ उडाला.

अंतू बामण चिरडीला येऊन म्हणाला,

"जातवाले आज आले! म्हाताऱ्याला आन्न घातलंय शेवटपर्यंत आम्ही. ना पैसा ना आडका –"

माणिकराव धूर गिळत बोलला, "आमचं सा म्हैन्याचं भाडं राहिलं. ते कोन देणार ते आधी सांगा."

कडबाबांबूचे सामान आपण उधारच आणले आहे आणि त्याचे बिल अजून द्यायचे आहे, हे सांगण्याचा बेत भिमू घिसाड्याचा होता. पण लोकांना शंका येईल, म्हणून तो काही बोलला नाही. एकंदरीत आपले चुकलेच, एवढे मात्र त्याला एकसारखे वाटत राहिले.

औदुंबरचा चेहरा मात्र हळूहळू रडका झाला. धोतराच्या सोग्याने वरचेवरच नाक पुशीत तो म्हणाला, "कसंही असू द्या. म्हातारा बेवारशी मेला, असा बोभाटा व्हायला नको. त्याच्या मातीचा सगळा खर्च मला केलाच पाहिजे. तसा मीच जवळचा की हो!"

अंतू बामण रागारागानं म्हणाला, "लेका, तुला आत्ता पुळका आला व्हय?"

"पुळका न्हवं."

"मग?"

"गती तर मिळायला पाहिजे त्याला! तेरा दिवस क्रियाकर्म, बामणाला जेवण, सगळं व्यवस्थित करणार आपण! चार लोकांनी उगीच नावं ठेवायला नकोत."

"मगाशी आम्ही एवढं सांगत होतो."

"ते आता पटलं मला."

"भले राव! कसं वेळेवर पटलं बघा."

हा प्रकार होईपर्यंत यादी होऊन दुकानाला सील बसले होते. रोख रक्कम जात-गोतातील म्होरक्याच्या खिशात पडली होती. सगळे जिकडच्या तिकडे झाले, हे पाहून औदुंबराने शिंकाळे उचलले आणि तो चुटक्या वाजवीत म्हणाला,

"हूं, चला लवकर, ऊन डोक्यावर यायची वेळ झाली. आजून पुष्कळ गोष्टी आहेत."

एवढं बोलून शिंकाळे धरून औदुंबर घाईघाईने पुढे गेलासुद्धा! चांगला शंभर पावले गेला. पण लोक आले नाहीत, हे बघून तो पुन्हा घाईघाईने माघारी परत आला. आता आणखी काय घोळ झाला, या विचाराने त्याच्या काळजात धस्स झाले. पण जवळ आल्यावर त्याला कळले की, विशेष काही नाही. मघाच्या

गडबडीत थोडीशी बांधाबांध राहिली होती. ती चालू आहे. थोडा वेळ दम खाऊन तो पुन्हा पुढे निघाला. पुन्हा परत आला. अखेर शेवटी बांधाबांध पक्की झाली, तेव्हा त्याला हायसे वाटले! 'श्रीराम जयराम' करीत म्हाताऱ्याला लोकांनी उचलला, तेव्हा तो पाय ताठ करून हुश्शार झाला. दोन पावलं पुढे गेला. मग जवळपासच्या मंडळींना मोठ्यांदा म्हणाला,

"म्हातारा गेल्यापासनं कसंसंच होतंय! किती झालं तरी रक्ताचं नातं. कुणीतरी माझा हात धरून चाललं म्हंजे रीतसर होईल.''

□

दळण

बुटाचा कर्रर कर्रर असा आवाज करीत साळुंके मास्तराने जेव्हा शाळेत पहिल्यांदा प्रवेश केला, तेव्हा पिराच्या वाडीतील पोरे त्याच्याकडे टकामका बघतच राहिली. आपल्या पहिल्या मास्तरांची बदली झालेली आहे आणि त्यांच्या जागी दुसरा मास्तर येणार आहे, हे त्यांना साधारण कळले होते; पण मास्तरांबद्दल त्यांच्या कल्पना ठरलेल्या होत्या. त्यांचे आतापर्यंतचे सगळे मास्तर, 'मास्तर' या धंद्याला शोभण्यासारखे गबाळे असत. त्यांचे धोतर जाडजूड आणि काळपट असे. सदऱ्याला खांद्यावर बहुधा धस गेलेला असे. कोट सहसा नसेच आणि डोक्यावर काळी-मिचकूट किंवा पांढरी-मिचकूट टोपी असे. टोपी नसलीच, तर तुळतुळीत डोई केलेली असे. पायात वहाणा कधी असत, कधी नसत. मुख्य म्हणजे ते पोक्त आणि रागीट चेहऱ्याचे असत; पण हा अंगात मलमलचा शर्ट आणि रंगीत कोट होता. धोतर पांढरेधोट होते. डोक्याला ऐटबाज भांग होता आणि त्याला लावलेल्या तेलाचा वास लांबपर्यंत येत होता. आणि सगळ्यात आश्चर्याची गोष्ट म्हणजे हा मास्तर अगदीच पोरगेला आणि एकशेवडा दिसत होता. हा कसला आला आहे मास्तर? तोंडात पान दिसते, म्हणून मास्तर आहे म्हणायचे इतकेच!

मुले टकामका बघत राहिली, तोपर्यंत साळुंके मास्तरानं कामाचा चार्ज घेतला होता. शाळेतले कागदपत्र एकवार डोळ्यांखालून घातले होते. आता तो खुर्चीत बसून हजेरीपट चाळत होता. मधूनमधून शीळ घालीत होता.

थोड्या वेळाने त्याचे काम संपले. मग पहिल्या नंबरच्या जागी बसलेल्या मुलाला तो म्हणाला,

"काय रे ए, तुझं नाव काय?"

पहिल्या नंबरचे पोरगे उभे राहिले. त्याने पहिल्यांदा चड्डी वर ओढली. मग दोन्ही हातांची छातीवर घडी घातली. मोठ्यांदा, खणखणीत आवाजात सांगितले,

"सदाशिव रंगनाथ तेली."

"तू?"

"गणपत एकनाथ माळी."

"तू?"

पण तिसऱ्या नंबरचे या भानगडीकडे लक्ष नव्हते. वर आढ्याला पाखरांचा घरटे बांधण्याचा उद्योग चालला होता. तिकडे ते बघत होते. मग मास्तर खेकसला,

"ए मरीआईचा गाडा, ऊठ. नाव सांग."

ते पोरगे दचकून उभे राहिले.

"आं?"

"नाव सांग की म्हसोबा!"

"दगडू आबा शेटे."

सगळ्या मुलांनी नावे सांगितली; पण मधल्या दोन मुली तशाच बसून राहिल्या. तेव्हा मास्तराने पुन्हा पट्टा सोडला.

"काय गं ए भवाने, नाव हाये का न्हाई तुला?"

भवानी उठली. लाजत लाजत म्हणाली,

"मंजू."

"सबंध नाव सांग की सटवाई."

"मंजुळा शिवा कोष्टी."

"आन तू गं, ए टिंगाणे –"

"दुरपदा नाना साळी."

सगळ्यांची नावे सांगून झाली; पण सगळे तसेच अवघडून उभे राहिले. मग मास्तर म्हणाला,

"बसा खाली."

सगळे बसले. मरीआईचा गाडा बसला. म्हसोबा, सटवाई, भवानी, टिंगाणी सगळेच बसले. मास्तरांनी अशा रीतीने पहिल्याच झटक्यात पोरांवर दाब ठेवून दिला. मग दिवसभर तो त्यांच्याकडे शोधक दृष्टीने पाहत राहिला. कोपऱ्यात बसलेले एक पोरगे सबंध वर्गात त्याच्या विशेष डोळ्यांत भरले. गोरे, नाकेले आणि शिडशिडीत. त्याच्याकडे मास्तराने पुन्हा पुन्हा पाहिले.

शेवटी शाळा सुटता सुटता मास्तराने त्याला हाक मारली. टेबलाजवळ बोलावून मोठ्या लाडिकपणे विचारले,

"तुझं नाव काय म्हणालास?"

आपल्याला मुद्दाम थांबवून घेतल्यामुळे सात-आठ वर्षांचे ते पोरगे बिचकले. अं... अं करीत म्हणाले,

"शिवा."

"बापाचं नाव?"

"बाळू."

"कोष्टी न्हाई का तू?"

पोराने मान हलवली.

"बाप काय करतो रं तुझा?"

"मागावर बसतो."

"आन आई काय करती?"

आई काय करते, या प्रश्नाचा अर्थ त्या पोराला कळला नाही.

"आई घरी आसती."

मास्तरांनी मग आणखी चौकशी केली. त्याच्यावरून त्याला कळले की, याचा बाप मागावर बसून जाडेभरडे कापड, लुगडी काढतो आणि गावोगाव जाऊन माल खपवितो. पंधरा दिवस घरी, तर पंधरा दिवस फिरतीवर, असा त्याचा ठरलेला कार्यक्रम आहे. एरवी घरी फक्त आईच असते. सध्या बाप फिरतीवर आहे. अजून पाच-सात दिवस येण्याचा संभव नाही.

मग मास्तरने ती चौकशी तिथेच थांबविली. पुढे चार-दोन दिवस त्याने एक अक्षर उच्चारले नाही.

तीन-चार दिवसांनी मास्तरने पुन्हा शिवाला जवळ बोलावून घेतले. त्याच्या पाठीवरून हात फिरवून तो म्हणाला,

"शिव्या लेका, तुझा अभ्यास फार कच्चा आहे."

शिव्या बावचळून मास्तराकडे पाहत राहिला.

"बाप आहे का घरी तुझा?"

"नाही मास्तर!"

"कुठं गेलाय रे?"

"फिरतीवर."

"मग कोण आहे घरी?"

"आई हाय की."

"मग तिला म्हणावं, मास्तरांनी बोलावलंय. दुपारच्याला येऊन जा म्हणावं."

"व्हय मास्तर."

सकाळी शाळा सुटल्यावर पोरगे गेले आणि दुपारी आईला घेऊन आले.

मास्तराने मनाशी बरोबर आडाखा बांधला होता. हे गोरटेले, नाकेले पोरगे आईच्या वळणावर गेले असावे, हे त्याने अदमासाने बरोबर ओळखले होते. म्हणून त्याच्या आईला बघण्याची त्याला फार उत्सुकता लागली होती. तो मनाशी म्हणत होता की, माझा अंदाज चुकायचा नाही. या पोराची आई अशीच बरोबर रूपवान असणार. गोरीपान आणि नाकेली असणार, अनायासे बापही घरी नसतोच. हाही मोठा चांगला योग जुळून आला म्हणायचा. तेव्हा नेहमीप्रमाणे हाही बार उडविला पाहिजे. दर गावात जी गोष्ट आपण केली, ती याही गावात साधलीच पाहिजे. जर साधली नाही, तर नावाचा साळुंखे मास्तरच मी नव्हे. बाई मात्र आपल्या कल्पनेप्रमाणे असायला पाहिजे. हा, तेवढी अट आहे. हा गडी सटरफटर प्रकरणाच्या मागे लागणार नाही....

पण मास्तराने अंदाज केला होता, त्याहीपेक्षा शिवाची आई रूपाने देखणी होती. मास्तर एवढा मुरलेला गडी, पण तिला बघून तोही चकित झाला. गोरापान रंग, धारदार नाक आणि शेलाटी अंगलट. चापूनचोपून नेसलेले लुगडे. सगळे कसे जिथल्या तिथे. हिला सात-आठ वर्षांचा मुलगा आहे, यावर कोणी विश्वासही ठेवणार नाही, असा बांधेसूदपणा.

तिला बघून मास्तर हरखून गेला. मनात म्हणाला,

'छे:! छे:! हे काम कसंही करून जुळलंच पाहिजे. मग काय वाटेल ते होवो.'

मास्तरच्या मनात काय चालले आहे, याची त्या बाईला काहीच कल्पना नव्हती. ती बिचारी पदर सावरून दाराबाहेर उभी राहिली. भिंतीला अंगं टेकून म्हणाली,

''का वो मास्तर?''

मास्तरने तिच्या देखत एकदा भांगावरून हात फिरवला. चांदीची बटने चाचपली. मग थोडासा हसून तो दरवाजापाशी येऊन उभा राहिला.

''हा शिवा तुमचा पोरगाच ना?''

''व्हय की.''

''त्यानं सांगितलं, बाप फिरतीवर गेलाय. म्हणून तुम्हाला हाक मारली.''

''बरं –''

''पोराचा अभ्यास मागं पडलाय. फार कच्चा राहिलाय.''

''मग कसं करावं मास्तर?''

''बघा. शिकवणी लावत असाल तर लावा. मी शिकवीत जाईन घरी येऊन.''

मान खाली घालून ती बाई मर्यादेने म्हणाली,

''परिस्थिती न्हाई मास्तर आमची तशी. चाललंय कसंतरी. त्यातनं तुमचं पैशे कुठनं आणायचे आणखीन?''

मास्तरने यावर आपल्या आवाजात प्रेमळपणा आणला.

''पैशाचं बघू हो. ते विचारलंय का तुम्हाला मी?''

"पण तसं कसं? तुम्ही तरी फुकट का शिकवावं? आन आमच्या माणसास्नीबी तसलं पटायचं न्हाई."

तिच्या बोलण्यात करारीपणा दिसला. तो बघून मास्तरची पुढं बोलायची छाती झाली नाही. त्याने ओळखले की पहिला हुकमी बाण फुकट गेला. पण अशातशानं डरणारा तो गडी नव्हता. या बाबतीत त्याचा अनुभव फार जबरदस्त होता. कोणत्याही गोष्टीत घाई करून उपयोगी नाही. जरा दमाने घेतले पाहिजे. म्हणजे सगळे पदरात पडते, हे त्याला पक्के माहीत होते. म्हणून तो शांतपणे म्हणाला,

"तेही खरंच. बघा, तुम्हाला जमेल तसं करा. निदान पोराच्या अभ्यासाकडे लक्ष ठेवा. आठ-पंधरा दिवसांनी येऊन चौकशी करीत जा. एवढं केलंत तरी पुरे. मी घेतोच वर्गात करून म्हणा."

"बराय."

"एवढंच काम होतं."

"मग जाऊ का मी?"

"जावा."

मास्तरचा निरोप घेऊन बाई मुकाट्याने निघून गेली आणि मास्तर मनाशी विचार करीत राहिला. हे संधान कसे जुळवून आणावे, यासंबंधी तो काही आडाखे मनाशी बांधू लागला.

पुढे चार-आठ दिवस त्याने वर्गात अगदी इमानाने अभ्यास घेतला. विशेषत: शिवाकडे तर त्याने मुद्दाम जास्त लक्ष दिले. कधी त्याच्या जवळ जाऊन, तर कधी त्याला टेबलाजवळ बोलावून, त्याला समजावून सांगितले. ते पोरगेही तसे चांगल्या बुद्धीचे होते. त्यामुळे मास्तरने सांगेपर्यंत पटापटा ते अनेक गोष्टी शिकले. मुळात कच्चा नसलेला त्याचा अभ्यास पक्का झाला. कुठे काही फट राहिली नाही. आपण त्याच्याकडे इतके लक्ष पुरवितो आहोत, हे घरी आईच्या कानावर जाईल, अशी व्यवस्था मास्तरने मोठ्या हुशारीने केली. इतके सगळे झाल्यावर त्याने शिवाचा बाप परगावी गेला आहे, याची खात्री करून घेतली. मग एके दिवशी त्याने शिवाला विचारले,

"काय शिवा, बाप कुठे आहे तुझा?"

शिवा म्हणाला,

"फिरतीवर गेलाय."

"आई काय म्हणतीय?"

शिवाला या प्रश्नाचा अर्थ कळला नाही. नाक पुसत पुसत तो म्हणाला,

"काय?"

"आई काय म्हणतीय?"

"काही नाही!"

"बरं, मग जा. जाग्यावर जाऊन बस. आईला म्हणावं, सहज चौकशी केली होती.''

मग पुढे आठ-पंधरा दिवस मास्तरने सतत हाच धोशा लावला. शिवा शाळेत आला रे आला की, तो पहिल्यांदा त्याचा बाप कुठे आहे, याची चौकशी करी. तो घरी आहे, म्हटल्यावर मास्तर काही बोलत नसे; पण तो परगावी गेला आहे, एवढं कळलं रे कळलं की, तो बारीक डोळे करून पुढचा प्रश्न विचारी,

"मग? आई काय म्हणतीय?''

बावचळलेला तो पोरगा उत्तर देई,

"काय न्हाई बा. लुगडं इणतीय.''

"आणखी काही नाही?''

"काय न्हाई.''

"बरं, जा जाग्यावर जाऊन बस.''

महिना-दोन महिने असे गेले आणि तरीही मास्तरच्या पदरी काहीही पडले नाही. दर वेळेला हीच ठराविक प्रश्नोत्तरे झाली आणि दर वेळेला 'काही नाही' याशिवाय मास्तराला दुसरी कुठलीही माहिती कळली नाही. फार तर आई मागावर बसली आहे, स्वैपाक करीत आहे, पाणी भरीत आहे एवढाच कमी-जास्त तपशील. पण या तपशिलाला काही विशेष अर्थ नव्हता. जे उत्तर हवे होते, ते काही येत नव्हते आणि जे येत होते, ते काही उत्तर नव्हते.

दोन महिने मास्तरने दम खाल्ला. मग मात्र तो मनातून चिडला.

एके दिवशी शिवाला त्याने भरपूर खायला घातले. शेवचिवडा दिला. रेवड्या दिल्या. मग विचारले,

"शिव्या लेका, बा तुझा गावाला गेलाय ना?''

तोंडात चार-पाच रेवड्या एकदम टाकून त्या चघळत शिवा म्हणाला, "व्हय.''

"आता परत केव्हा येणार आहे?''

"चार दिसांनी.''

"मग आई काय म्हणतीय?''

"काई न्हाई.''

मास्तर रागावून बोलला, "काई न्हाई काय? इचार नीट आईला.''

"बरं.''

"अन उद्याच्याला मला सांग.''

"व्हय.''

"नाहीतर चोपीन बघ तुला मरस्तंवर.''

मास्तराने असा दम भरला आणि दुसऱ्या दिवशी खरोखरच मास्तराचे काम

झाले. सकाळी शाळा भरल्यावर शिवा आपणहून टेबलाजवळ आला. टेबलावर कोपर टेकवून हळूच म्हणाला,

"मास्तर –"

मास्तर त्याची वाटच बघत होता. तो उत्सुकतेने म्हणाला, "काय रे?"

"आई म्हणतीय –"

मास्तराने कान टवकारले.

"काय, काय?"

"आज रातच्याला घरी येऊन जावा."

"आज? खरं?"

"व्हय मास्तर."

शिवाने सांगितलेला हा निरोप ऐकून मास्तराचे काळीज लट्कन उडाले. आनंदाने त्याचा चेहरा खुलला. टेबलाखाली एकसारखा पाय हलवीत तो म्हणाला, "बरं बरं, येतो म्हणावं नक्की."

आणि मग त्याला दिवसभर काही सुचले नाही. रात्र केव्हा होते आणि आपण केव्हा एकदा त्या घरी पोचतो, असे त्याला होऊन गेले. सबंध दिवसभर तो मनाशी हीच गोष्ट घोकीत राहिला.

त्या दिवशी त्याने शाळा नेहमीपेक्षा लवकर सोडली. मग भराभरा घरी जाऊन त्याने अंघोळ केली – झकास चंदनी साबण लावून अंघोळ केली. डोक्याला सुवासिक तेल लावून भांग पाडला. चांगला अर्धा तास खपून भांग पाडला, स्वच्छ धोतर नेसून ठेवणीतला शर्ट घातला. ऐटबाज पोशाख केला. कानात अत्तराचा बोळा अडकविला. तोंडात विडा कोंबला आणि रात्र झाली, तसा तो घाईघाईने शिवाच्या घराकडे आला.

रात्रीचे नऊ वाजायला आले असावेत. अंधार गुडूप पडला होता. क्वचित कुठेतरी एखादा दिवा तेवत होता. सगळीकडे गाढ शांतता पसरली होती. दिवसभराची उसाभर आटोपून माणसे झोपी गेली होती. एखाद्या ठिकाणी दोन-पाच लोक शिळोप्याच्या गप्पा मारीत होते. कुत्री उगीचच भुंकत होती. त्यामुळे शांततेची जाणीव अधिकच होत होती. सर्वत्र सामसूम झाली होती आणि भयाण वाटत होते.

कोष्टी गल्लीत शिरून मास्तर बरोबर शिवाच्या घरी पोचला. त्याला वाटले की, दरवाजा बंद असेल आणि आपल्याला टिचक्या माराव्या लागतील. पण दरवाजा उघडाच होता. आत येण्याची वाट दिसावी, म्हणून ओसरीवर चिमणीही ढणढणत होती. मास्तराने हे सर्व पाहिले. मनात त्याने बाईच्या हुशारीची स्तुती केली. मग तो बेधडक घरात शिरला.

आत शिरल्याबरोबर त्याच्या कानावर हळू आवाजात शब्द आले,

"दरवाजा घ्या लावून."

मास्तराने वर पाहिले.

ओसरीच्या कडेला खांबाला टेकून ती बाई बसलेली होती. त्या अंधुक उजेडातही तिचे रूप झगमगत होते. तिच्या शेजारी शिवा झोपी गेलेला होता आणि त्याचे डोके थापटत ती बसून राहिली होती. मास्तरने पाहिले तशी ती हसली. मास्तरही हसला. त्याच्या डोक्यावरचे ओझे उतरले. गेले कित्येक महिने मनात धरलेली गोष्ट आज अखेर जुळून आली म्हणायची. अहो जुळणारच! एकदा एका गोष्टीच्या मागे लागले, म्हणजे त्याचे कांडे पडेपर्यंत माघार घ्यायची नाही, हा आपला स्वभावच आहे. आणि अजूनपर्यंत तरी आपल्याला अपयश माहीत नाही. जरा धीराने, दमाने सगळ्या गोष्टी घेतल्या, म्हणजे चट् जमते सगळे. पुरुषाच्या रूपावर, कपड्यावर खूश झाली नाही, अशी एकही बाई जगात आढळायची नाही.

दार लावीत मास्तर घोगऱ्या आवाजात म्हणाला,

"कडी लावून टाकू का?"

"लावा!"

मास्तरने कडी लावली. त्याचे मन अगदी बिनघोर झाले. ओसरीवर येऊन तो मुकाट्याने तिथल्या फाटक्या सतरंजीवर बसला. शंभर जणीत देखण्या असलेल्या बाईकडे आधाशासारखा बघत राहिला.

"शिवा झोपला वाटतं?"

"हा, झोपतोय न्हवं का? आत्ताच डोळा लागलाय."

"बरं झालं. लवकर झोपला."

"व्हय!"

अशी काहीतरी निरर्थक प्रश्नोत्तरे झाली. थोडेसे इकडचेतिकडचे बोलणे झाले. मग घटकाभर कुणीच काही बोलले नाही. त्या विचित्र शांततेत कसे चमत्कारिक वा लागले.

थोडा वेळ असाच गेला.

मग मास्तरांची कानशिले एकाएकी तापली. डोके, अंग गरम होऊन गेले. डोळे विचित्रपणे लकाकू लागले. एका झटक्यात उठून तो तिच्याजवळ येऊन बसला. घोगऱ्या आवाजात म्हणाला,

"आता उशीर कशाला? कुणी बघंल बिघंल. मला लवकर जाऊ दे."

– आणि तो तिचा हात धरणार, तेवढ्यात दरवाज्यावर थाप पडली. दरवाजा धाडधाड वाजू लागला. पाठोपाठ खणखणीत आवाज आला,

"आनशेऽऽ, एऽऽ आनशे, दार उघड गं."

मास्तर एकदम दचकला. घाबरून मागे सरकला. चाचरत म्हणाला,

"क-कोण आहे?"

अनसुयेचाही चेहरा घाबरल्यासारखा दिसला. मास्तरकडे बघत ती म्हणाली,

"शेजारची भागरथीकाकी हाये वाटतं!"

मास्तरने तेवढ्यात सुस्कारा सोडला.

"नवरा न्हवं ना?"

"न्हवं."

"मग हारकत न्हाई. पिटाळ तिला भायेरच्या भायेर!"

अनसुया घाबरून म्हणाली, "ही म्हातारी आत आल्याबिगर ऱ्हाणार नाही. लई वाईट खोड हाये तिला उगीच कुनाकडं तरी बसायची."

"मग आता?"

"तिनं बघितलं म्हंजी पंचाईत यील. लई तोंडाळ हाये बाई. समद्या गावात आग लावील. माझ्या नवऱ्यापाशी जाऊन बोंबललं."

"अरे बापरे!"

"आन नवरा माझा लई तांबीस हाय. तुमचा अन् माझा दोघांचाही मुडदा पाडंल."

हे ऐकून मास्तर चांगलाच घाबरला. त्याला दरदरून घाम फुटला. त्याला पक्के माहीत होते की, आपण या गावात अगदी नवीनच आलो आहोत. अजून आपला नीटसा जम बसलेला नाही. फारशा कुठे ओळखी झालेल्या नाहीत. अशा वेळी जर आपण या लफड्यात सापडलो, तर आपली धडगत नाही. उद्या हिच्या नवऱ्याने घातली कुऱ्हाड टाळक्यात तर मग? त्या वेळी आपल्या बाजूला कोण येईल? कोण आपल्याला मदत करील? या गावातले कुत्रेसुद्धा येणार नाही. इथे घटकाभर राहणेही मुश्कील होईल. कदाचित सबंध गाव आपल्याला चोपून काढील. छे: छे: हा धोका पत्करून चालणार नाही. मामला कसा सगळा बिनबोभाट असला, तर गंमत....

मास्तराचा असा गोंधळ उडाला आणि इकडे दारावर एकसारखे धक्के बसू लागले. सारख्या हाका ऐकू येऊ लागल्या.

"आनशे, आगं उघड की दार. काय करतीस?"

मग मास्तरला विचार करायला फारसा वेळ मिळालाच नाही. घाबऱ्या घाबऱ्या तो म्हणाला,

"मागचं दार हाये का? जातो असाच परभाऱ्या."

आनशीने मान हलवून सुचविले, की या घराला मागचं दार नाही आणि बाहेर पडायला दुसरी वाटच नाही. मग मात्र मास्तर लटपटला.

"म–मग मला लपव तरी कुठं घटकाभर."

"आले गं काके, खरकटं काढतीय मी –"

असे म्हणून अनसुयेने काकीला जरा थोपवून धरले; पण तिचाही चेहरा गांगरून गेल्यासारखा दिसला. तेवढ्यात काहीतरी विचार करून तिने वाळलेल्या ओठांवरून

जीभ फिरवली.

"आता लपवायला तरी कुठं जागा हाये? आसं करता?"

"काय?"

"त्ये काठीवरचं लुगडं घ्या आन गुंडाळा अंगाला –"

"आणि –"

"त्या कोपऱ्यात जातं हाये ना. तिथं बसा दळत काय तरी. म्हंजी म्हातारीला काही कळायचं न्हाई."

"आता काय दळू?"

"देते की मी जोंधळे आणून. आटपा लवकर." असे म्हणून तिने पायलीभर जोंधळ्याचे वाडगे जात्यापुढे ठेवले आणि ती भराभरा दरवाज्याकडेच गेली. तेव्हा मास्तरला आणखी काही युक्ती शोधायला अवसरच सापडला नाही. त्याने घाईघाईने काठीवरचे लुगडे खाली ओढले आणि अंगाभोवती गुंडाळले. मग जात्याशी बसून त्याने एक पाय आडवा पसरला. दुसरा गुडघ्यात मुडपला. वाडग्यातले जोंधळे सुपात ओतले. मग मूठभर जात्यात टाकून त्याने घाईघाईने जाते फिरविले. घर्रऽघर्रऽघर्र असा जात्याचा आवाज छान ऐकू येऊ लागला.

इकडे आनशीने दार उघडले, तशी म्हातारी काकी घरात आली. आल्या आल्या खेकसून म्हणाली,

"आऽगं, ही काय येळ जेवायखायची आनशे? समद्या गावाची एक झोप झाली, तरी तुझी आजून खरकटी काढणंच चाललंय काय?"

मान खाली घालून आनशी म्हणाली,

"आज जरा येळ झाला. बसा की काकी."

मग दोघीही ओसरीच्या कडेला बसल्या. म्हातारी खांबाच्या तळखड्याला टेकून आरामशीर बसली. नाकात तपकीर कोंबत राहिली. आनशी एकदा म्हातारीकडे, एकदा कोपऱ्यातल्या जात्याकडे बघू लागली. तिचा चेहरा ओढलेला आहे, हे स्पष्ट दिसू लागले. दोघीही थोडा वेळ गप्प राहिल्या. नुसत्या जात्याचाच आवाज ऐकू येऊ लागला.

थोड्या वेळाने आनशी म्हणाली,

"का आलतीस गं काके?"

म्हातारी खोकत खोकत म्हणाली,

"आगं... मला झोपच यीना मघाधरनं! म्हटलं, तूबी एकलीच आसशील. बसावं घटकाभर बोलत. तुलाबी सोबत हुईल."

"एकली का बरं? शिवा हायेच की!"

"आगं त्ये पोरगं. त्येची कसली आलीय सोबत?"

पुन्हा कुणी काही बोलले नाही. काही वेळ शांतता पसरली. जात्याचा आवाज

तेवढा एकसारखा येऊ लागला. म्हातारीचे एकाएकी तिकडे लक्ष गेले. मान हलवून तिने मोठ्या आवाजात विचारले,

"आं! आज दळण काढलंस काय गं?"

"व्हय."

म्हातारीने मग जात्याशी बसलेल्या बाईकडे निरखून पाहिले. डोळे मिचमिच करीत पाहिले.

"ही कुठली बाई आनलीस गं?"

जाते ओढता ओढता मास्तर डोळ्यांच्या कोपऱ्यातून मधूनमधून बघत होता. ही पीडा केव्हा एकदा जाते, याची वाट पाहत होता. त्याचे काळीज धडधडत होते. म्हातारीचा हा प्रश्न ऐकल्यावर त्याला दरदरून घाम सुटला. आता ही थेरडी आपल्याला काही न विचारो म्हणजे मिळवली.

पण अनसूया मोठी हुशार दिसली. चट्दिशी ती म्हणाली,

"हाये वस्तीवरली तिकडच्या."

"ती कशी काय आणलीस?"

"गरीब हाय बिचारी. पुन्हा मुकी हाये! म्हणून म्या सांगितलं, की पीठ दळून दे माजं. काय तरी दीन तुला."

बाई मुकी आहे, म्हणून सांगून तिने मोठा धूर्तपणा दाखवला, असे मास्तरला वाटले. त्याचा जीव खाली पडला. पण तेवढ्यात म्हातारी कडाडली,

"काय गरिबीला पेटवायचंय? आगं, दळायला तरी येतंय का तिला? बघ नीट."

"नवीन हाये. सवय न्हाई."

"काय नवीन हाये? शेण सारवल्यासारखा हात फिरवतीय नुस्ता. कसा गराऽ गराऽगरा हात फिरला पायजे."

हे ऐकल्यावर जाते जोरजोराने फिरू लागले. हाताची गती बघता बघता वाढली. जोंधळे भराभरा जात्यात गडप होऊ लागले. बारीक, पांढरेशुभ्र पीठ चोहोबाजूंनी बाहेर पसरू लागले.

मग म्हातारी खूश झाली. बोलली,

"हां आस्सं! असा हात व्हायला पायजे कायम."

आनशी म्हणाली,

"न्हाई, तशी बाई हाये कामाची."

"मग हरकत न्हाई. का मी दाखवू एकदा तिला?"

"नको नको!"

असे म्हणून उठू लागलेल्या म्हातारीला तिने मोठ्या शिकस्तीने खाली बसविले. दुसऱ्याच काही गोष्टी काढून गुंतविले. म्हातारीने मग तपकिरीचा आणखी एक बार ओढला. गालावर हाताचा मुटका टेकून ती उगीच बसून राहिली. पुन्हा काहीतरी

बडबडू लागली. आनशीच्या मांडीला चिमटा काढून म्हणाली,

"आगं, तुला कळलं का आनशे?"

"काय?"

"सरीची गंमत!"

"का, काय झालं?"

"आगं, नवरा समजून भलत्याच्याच मागं गेली कोसभर. आन मागनं पळत पळत आली माघारी बघ."

"तशीच हेंद्रट हाये पयल्यापासनं."

"व्हय व्हय. मागं एकदा आसंच झालं बघ –"

असं म्हणून म्हातारी सरूची आणखी कुठली तरी हकिकत सांगू लागली. जांभया देत आनशीही ती ऐकू लागली. जाते आपले फिरतच राहिले.

थोड्या वेळाने सरूची गोष्ट संपली, पण यमूची कुठलीतरी गोष्ट म्हातारीला आठवली. ती संपल्यावर गोदूची गंमत झाली. गावातल्या सगळ्या बायका, त्यांच्या सासवा, सुना यांच्या बारा भानगडी निघाल्या. गप्पा फारच रंगल्या. म्हातारीही रंगून गेली आणि हळूहळू अनसुयाही त्यात गुंगून गेली. तीही काही गोष्टी सांगू लागली आणि हे बोलणे लवकर संपलेच नाही. म्हातारी एकसारखी बोलतच राहिली. तासामागून तास गेले. निम्मी रात्र उलटून गेली. पण म्हातारीच्या गप्पा संपल्या नाहीत. घटकाभर ती मधेच विसावा घेई, तपकीर ओढत बसून राही. जात्याचा आवाज हळूहळू येत आहे, याची तिला एकदम जाणीव होई. कान टवकारून ती म्हणे,

"बघ आनशे, कशी दळतीय बघ जिवावर आल्यावानी. तरी तुला मी सांगत हुते."

त्याबरोबर जात्याचा आवाज जोरजोरात येई. वाडग्यातले जोंधळे भराभर जात्यात गडप होत आणि हात मोठ्या वेगाने फिरू लागत.

मग म्हातारी समाधानानं मान हलवी आणि पुढची गोष्ट सांगू लागे. पुन्हा गप्पा रंगत.

अशी पहाट झाली. जाते फिरवून फिरवून मास्तराचे हात मोडायची पाळी आली. छाती भरून येऊन दमछाक झाली. डोळे पांढरे झाले. अतिश्रमाने भोंड येऊन आपण पडतो की काय, असे त्याला वाटू लागले. पण त्या चेंगट म्हातारीचे बोलणे संपता संपेना. अखेर शेवटी पहाट होऊन फटफटायची वेळ झाली. चांदण्या विझू लागल्या. गार वारे वाहू लागले. इकडे वाडग्यातले पायलीभर जोंधळेही सगळे संपले. त्याच वेळी म्हातारी उठली. दोन्ही हातांनी भुईला रेटा देऊन उठली.

"जाते गं बाई आनशे. लई उशीर झाला. पडते घटकाभर जरा."

असे म्हणून ती तरातरा निघून गेली. मास्तरने मोठा सुस्कारा सोडला.

मग अनसूया उठली. मास्तरजवळ येऊन हळूच बोलली,

"गेली थेरडी. उठा आता जात्यावरनं."

पण मास्तराची हाडं इतकी बेदम दुखत होती, की मनात येऊनही त्याला उठता येईना. धडपड धडपड करीत, आठ ठिकाणी वाकडा होत तो कसाबसा उठून उभा राहिला. त्याच्या डोळ्यांसमोर अंधेरी येऊ लागली. यांत्रिकपणे तो एकेक पाऊल टाकीत दरवाज्याकडे निघाला.

तो निघाला हे पाहून आनशीने विचारले,

"का निघाला? बसा की जरा."

"नको, मी आधी घराकडं जातो."

"च्या बी –"

"नको. आता उजाडलं. उगी कुणी बघितलं म्हंजे –"

मास्तर एवढेच बोलला. कसेबसे बोलला आणि मुकाट्याने मान खाली घालून दाराबाहेर पडला. तोल सावरीत निघाला. अवघड जागी दुखणं झालेला माणूस जसा वाकडा चालतो, तसा वाकडा चालत गेला.

यावर दहा-पंधरा दिवस गेले.

पहिले चार-आठ दिवस मास्तर अंथरुणावरच होता. मग तो हळूहळू शाळेत येऊ लागला; पण कुणाशी एक अक्षरही बोलला नाही. मुकाट्याने शाळेत आला नि गेला. पुन्हा त्याने शिवाची चौकशी केली नाही. एकदाही जवळ बोलवून त्याला काही विचारले नाही.

आठ-दहा दिवसांनी शिवाच एकदा टेबलाजवळ आला. हळूच म्हणाला,

"मास्तर –"

शिवाला बघितल्यावर मास्तरने कपाळाला आठ्या घातल्या. रुक्ष आवाजात विचारले,

"काय रे?"

"बा फिरतीवर गेलाय."

मास्तरने हे नीट ऐकले. पण तरीही त्याच्या तोंडावर कसलाही भाव उमटला नाही.

"बरं मग?"

"आई म्हणतीय की आज रातच्याला –"

हे ऐकल्यावर मात्र सगळे समजून चुकलेल्या मास्तराचा तोल गेला. त्याचा चेहरा शरमेने, रागाने लालबुंद झाला. शिवाच्या पाठीत धपाटा घालून तो संतापाने म्हणाला,

"असं का? आईला म्हणावं, मास्तरनं विचारलं, की पायलीभर पीठ पंधरा दिवसांतच खलास झालं का?"

□

घमघम विद्या

बी. टी. ही अद्भुत परीक्षा मी जेव्हा उत्तीर्ण झालो, त्या वेळी नव्या शिक्षणशास्त्राचा सगळा अर्क माझ्या अंगात चांगला मुरला होता. आता कुठेतरी शिक्षकाची नोकरी पाहायची आणि आपल्या ज्ञानाचा वारसा पुढल्या पिढीला द्यायचा, असे मी पूर्वीच योजून ठेवले होते. देशाच्या भावी आधारस्तंभांना योग्य मार्गाने नेण्यासाठी आपण लवकरात लवकर मास्तर होणे, ही गोष्ट आवश्यक आहे, हे मला पटले होते. योग्य शिक्षणपद्धती आणि शिक्षक यांच्या अभावी घरोघरीची ही सुकुमार फुले कोमेजून चालली आहेत, त्यांची मुस्कटदाबी होत आहे, हेही उघड्या डोळ्यांनी दिसत होते. मुलांचा विकास म्हणजे मुग्ध कळीचे टवटवीत फुलात रूपांतर. ते किती नाजूक, हळुवार हातांनी करायला पाहिजे खरे म्हणजे! पण आमच्या शाळांतून या तत्त्वाची कसलीच बूज राखली जात नाही. मुलांना भरमसाट अभ्यास सांगितला जातो. तो करून आणला नाही, म्हणजे वेडीवाकडी बोलणी खावी लागतात आणि अधूनमधून चोपही मिळतो. छे: छे:! ही सगळी जुनाट, चुकीची पद्धत होती. ती बदलण्यासाठी मला स्वत:लाच शिक्षक होणे अगदी आवश्यक होते.

पण मी शिक्षक व्हावे, हे मला स्वत:ला जितके पटले होते; तितके ते शाळा चालकांना पटले होते, असे काही दिसेना. कारण नोकरी मिळविण्यासाठी मी जे जे प्रयत्न केले, ते सगळे वायाच गेले. तशी मी खूपच खटपट केली. वृत्तपत्रांतील जाहिराती वाचून अर्ज केले, निरनिराळ्या शाळांत हेलपाटे घालून चालकांना भेटलो, त्या त्या संस्थेच्या हितचिंतकांनाही अनेक वेळा तोंड दाखविले. फार काय, दिवाळीच्या आणि उन्हाळ्याच्या सुट्टीचा शिक्षकांना मिळणारा हरामाचा पगार मी

घेणार नाही, असेही मी निक्षून सांगितले. पण तरीही कुठल्याच शाळेत जागा खाली होतील, असे मला दिसेना. सगळीकडून नकारघंटाच ऐकू येऊ लागली आणि मी अगदी निराश होऊन गेलो.

वर्षाच्या सुरुवातीचे आठ-पंधरा दिवस गेले आणि मग एकाएकी माझे भाग्य उदयाला आले. अकस्मात एका शाळेत शिक्षकाची नोकरी मला मिळाली.

त्या शाळेतील एक शिक्षक आजारी पडले होते आणि त्यांच्या बदली माझी नेमणूक करण्यात आली होती.

ही नोकरी देताना अर्थातच तिथल्या चालकांनी मला काही अटी घातल्या होत्या. संपूर्ण वेळ काम करून मी फक्त अर्धवेतनच घ्यावे, सुट्टीचा पगार संस्थेला देणगी म्हणून द्यावा. शाळेची नाटके, वक्तृत्व, निबंध, खेळ आणि सहल हे विभाग विनामूल्य सांभाळावेत आणि मुख्याध्यापकांच्या निबंधाच्या वह्या तपासाव्या, इत्यादी काही किरकोळ अटी त्यांनी मला सांगितल्या आणि त्या किरकोळच असल्यामुळे मीही त्यास मान्यता दिली. मला त्या गोष्टीचे महत्त्व विशेष नव्हते. जुनी दृष्टी काढून नव्या रीतीने मुलांना शिक्षण द्यायचे आणि त्यांचा हसत हसत विकास करायचा, ही महत्त्वाकांक्षा मी मनात बाळगली होती. त्यामुळे मी पट्दिशी 'होय' म्हटले आणि कामावर रुजू झालो.

पहिल्या दिवशी शिक्षक या नात्याने मी शाळेत प्रवेश केला, तेव्हा माझा आनंद गगनात मावेना. केव्हा एकदा माझ्या नेमलेल्या वर्गावर जातो आणि तिथल्या मुलांना एक नवीन दृष्टी देतो, असे मला होऊन गेले. शाळेतला एक एक वर्ग म्हणजे छोटीशी फुलबागच! त्या बागेत जाऊन आता मनसोक्त विहार करायला मिळणार, या विचाराने माझे तोंड अगदी तेज:पुंज होऊन गेले.

मोठ्या उत्साहाने मी खडू, डस्टर आणि पुस्तक घेऊन वर्गाकडे निघालो, तेवढ्यात मुख्याध्यापकांनी मला अडविले आणि विचारले,

"वर्गावर निघालात का?"

मी मान हलवली.

"कोणता वर्ग?"

"आठवी फ."

"जरा जपून बरं. हा आठवीचा तुमचा वर्ग फार डांबीस आहे!"

मुख्याध्यापकांच्या बोलण्याचा मला फार राग आला. सरसकट सगळ्या मुलांना नतद्रष्ट म्हणणारा हा माणूस या शाळेत उच्च स्थानावर असावा, याचा अचंबा वाटला. आपल्या कार्याला इथूनच सुरुवात केली पाहिजे, हे माझ्या लक्षात आले.

तोंडावर हसू आणून मी म्हटले,

"छे, छे! कुठलाही मुलगा वाईट नसतो, असं शिक्षणशास्त्रातलं तत्व आहे."

मी आणखीही काही मूलभूत सिद्धान्त सांगणार होतो, पण त्यांनी एकदम चेहरा असा काही चमत्कारिक केला, की मी बोलणे आखडते घेतले.

"ते तत्त्वज्ञान मला सांगू नका."

"बरं." मी मान हलवली.

"या वर्गातली पोरं एकजात टवाळखोर आहेत. वेळप्रसंगी बेशक चोपून काढा. भिऊ नका."

"पण गोडीगुलाबीनं जर –"

"ते पाहा तुमचं तुम्ही. मी आपलं सांगितलं."

असे म्हणून मुख्याध्यापक निघून गेले आणि मी वर्गाकडे आलो.

वर्गात शिरल्याबरोबर पहिल्यांदा सगळी मुले सर्कशीतल्या एखाद्या नव्या जनावराकडे पाहावे, तशी माझ्याकडे टकमका पाहू लागली. मग चमत्कारिक तोंडे करीत उभी राहिली. ते पाहून मला क्षणभर बरे वाटले. पण दुसऱ्याच क्षणी ती एकमेकांशी मोठमोठ्यांदा बोलू लागली. इतक्या मोठ्यांदा की, त्यांना शांत करण्यासाठी मी जे काही बोललो, ते त्यांना तर ऐकू गेले नाहीच, पण मला स्वत:लाही नीटसे ऐकू आले नाही.

कसेबसे सगळ्यांना खाली बसवून आणि शांत करून मी मोठ्या मृदू आवाजात विचारले, "काय रे मुलांनो, काय म्हणता आहात?"

एवढ्यात एक खडूचा तुकडा फाट्दिशी माझ्या तोंडावर येऊन आदळला आणि नाकाला झिणझिण्या आल्या. गालाला लागलेला खडू मी एका हाताने पुसून टाकला. तोच एक फाटक्या अंगाचे पोरगे धडपडत उभे राहिले आणि नाकाचा शेंबूड मनगटाने पुसून म्हणाले,

"सर, तुमची ओळख द्या ना करून आधी."

"हो सर, ओळख करून द्या."

"नाव सांगा सर."

सगळ्यांनी पुन्हा आवाज चढविले. वर्गात गोंगाट झाला. पुन्हा कुणाचे कुणाला समजेनासे झाले. ते पाहून मी जरा बिचकलो. पण हाताने सगळ्यांना गप्प राहण्याची खूण करीत मी ओरडून म्हटले,

"बरं बरं, सांगतो हं –"

"सांगा सर."

मग मी घसा खाकरला. गोड आवाजात सांगितले, "मुलांनो, माझं नाव मोरेश्वर–"

हे ऐकल्यावर मुले फिसफिस करून हसली. त्यामुळे माझे बोलणे एकदम बंद पडले. मुले का हसली, हे मला बिलकुल कळले नाही.

"मोरेश्वर –"
"हा: हा: हा: –"
"महादेव –"
"हि: हि: हि: –"
"फफे."
"ख्यॅ: ख्यॅ: ख्यॅ:!..."

माझ्या प्रत्येक नावासरशी वर्गात हसण्याचा खोकाळा का उठत होता, याचे मला नवल वाटत होते. पण माझे हे आश्चर्य ओसरायच्या आतच दुसऱ्या एका बाळाने विचारले, "मग सर, घरी तुम्हाला मोरू म्हणून हाक मारतात?"

खरं म्हणजे या प्रश्नाचे उत्तर 'होय' असे होते, पण का कोण जाणे, मला ते सांगता आले नाही. या प्रश्नासरशी वर्गातून जे विचित्र हसणे ऐकू आले, ते ऐकून मात्र उलट मला अधिकच बावरल्यासारखे झाले. त्या मुलाने विचारलेला प्रश्न गैर होता, असे मला वाटले नाही; पण तरीही आपला उत्साह थोडा कमी झाला आहे, असे मला वाटू लागले.

मुलांचा हशा संपल्यावर मी म्हटले,

"तुमच्या जोशी सरांच्या बदली मी आता शिकवायला येणार आहे तुम्हाला – समजलं?"

"जोशी सर का नाही येणार, सर?" कुणीतरी विचारले.

"ते आजारी आहेत सध्या."

हे ऐकल्यावर वर्गात टाळ्यांचा कडकडाट झाला. तेवढ्यात पुन्हा कुणीतरी ओरडले, "बरं झालं सर. आता तुम्हीच या आम्हाला शिकवायला. जोशी सर नकोत."

"का रे, का?" मी कुतूहलाने विचारले.

"जोशी सर मारकुटे आहेत, सर – भयंकर मारतात आम्हाला."

"खरं?"

या मुद्द्यासंबंधी मी जास्ती माहिती विचारली, तेव्हा पुन्हा सगळा वर्गच उठून उभा राहून सांगू लागला. पण प्रत्येकाचा स्वतंत्र आवाज आणि माहिती ही एकमेकांत मिसळल्यामुळे पुन्हा एकदा इतका गोंगाट आणि गडबड झाली की, मला तर बराच वेळ काही समजेनासे झालेच, पण शेजारच्या दोन वर्गांतील शिक्षकांच्या डोक्यातही गोंधळ उडून गेला. शेवटी मी आरडाओरडा करून सगळ्यांना गप्प बसविले आणि सर्व माहिती विचारून घेतली.

मुलांनी सांगितलेली ही माहिती खरोखरीच विलक्षण होती. हे जोशी मास्तर म्हणे खरोखरीच फार मारकुटे होते. शाळेत शिक्षकांनी छडी वापरायची नाही, असा

नियम असतानासुद्धा ते खुशाल खिशात लहानशी छडी बाळगीत. ती टेबलावर ठेवून पुढचा सर्व कारभार करीत. कुणाही मुलाने एवढीशी शंका विचारलेलीदेखील त्यांना सहन होत नसे. विचारणाऱ्याला ते हातावर वळ उठेपर्यंत झोडपून काढीत. कुणी दंगा केला, तर त्याचा उलटासुलटा कान पिरगळला जाई. कुणी अभ्यासातली शंका विचारली की, त्याची खांद्यावरची शीर जोरात दाबून त्याला जागच्या जागी थयथय नाचविले जाई आणि फारच राग आला, तर मुलाची बेंबी पकडून एखादा स्क्रू पिळावा, त्याप्रमाणे ती पिळण्याचीही त्यांना आवड होती. एकंदरीत जोशी मास्तर हे फारच क्रूर आणि निर्दयी मास्तर होते, त्यांना नव्या विचारसरणीचा गंधही नव्हता. छे! हे मास्तर कसले? निव्वळ खाटिकच! एकंदरीत मुले त्यांना फार भीत असत, एवढे दिसले. त्यांनी जरा आवाज चढविला, की म्हणे सगळ्या वर्गात स्मशानशांतता होई. कुणाचीही एक शब्द बोलण्याची टाप नसे.

मुलांनी सांगितलेली ही माहिती ऐकून मी अगदी आश्चर्यचकित होऊन गेलो. हल्लीच्या या नव्या सुधारलेल्या काळात इतक्या जुनाट विचारसरणीचा आणि तात्या-पंतोजी वृत्तीचा शिक्षक कुठे असेल, असे मला बिलकुल वाटत नव्हते. शाळेत शिक्षक मुलांना मारतात आणि झोडपून त्यांच्याकडून अभ्यास करवून घेतात, मुलांच्या स्वतंत्र वृत्तीला अजिबात वाव देत नाहीत, हे मी नुसते उडत उडत ऐकले होते. पण त्याचे प्रत्यंतर मला याच ठिकाणी पाहायला मिळेल, अशी कल्पना नव्हती. मुलांचा असा कोंडमारा करणाऱ्या अशा माणसाला काय शिक्षक म्हणायचे? 'मास्तर' या शब्दाची केवढी विटंबना ही!

मुलांच्याकडे पाहता पाहता आणि त्यांची गाऱ्हाणी ऐकता ऐकता माझ्या मनात असे काही विचार आले आणि मी मोठ्या करुण दृष्टीने सगळ्यांच्याकडे पाहिले. बिचारी मुले! त्या दुष्ट जोशीमास्तरांचा किती मार त्यांनी खाल्ला होता कोण जाणे. त्यांचे चेहरे कसे दीनवाणे दिसत होते. अशा वातावरणात वाढल्यावर त्यांच्या स्वतंत्र बुद्धीचा विकास कसा बरे होणार? त्यांना मोकळेपणा कसा वाटणार? शिक्षकाविषयी प्रेम, आपुलकी, आदर या गोष्टी त्यांच्या मनात कशा निर्माण होणार आणि मग हे देशाचे आधारस्तंभ तरी कसे बनणार? ते काही नाही. त्यांच्या जिज्ञासू बुद्धीची जोपासना केलीच पाहिजे आणि त्यासाठी मुख्य म्हणजे त्यांच्या मनातली भीती नाहीशी केली पाहिजे.

देशाच्या दु:स्थितीविषयी आणि तिच्या भावी सुपुत्रांविषयी माझ्या मनात आणखीही काही सुंदर विचार आले असते. पण तेवढ्यात कुठल्या तरी आधारस्तंभाने मारलेला कागदी बाण फाड्कन माझ्या डोळ्याला लागला आणि मी भानावर आलो. मुलांच्या उत्साही वृत्तीचे मला भारीच कौतुक वाटले.

डोळ्याला आलेले पाणी पुसून मी प्रेमळपणाने म्हटले,

''मुलांनो, झालं ते झालं. यापुढे आता मी तुम्हाला शिकवणार आहे, अन् मी काही जोशीमास्तरांसारखं मुळीच शिकवणार नाही. समजलं?''

त्याबरोबर सगळ्यांनी पुन्हा गिल्ला केला. विचारले,

''म्हणजे सर, तुम्ही मारणार नाही?''

निश्चयी मुद्रा करून मी मान हलवली.

''नाही, प्राण गेला तरी नाही.''

''कान उपटणार नाही?''

''छी: छी:!''

''बेंबी पिरगळणार नाही?''

''छट्! असली निर्दयपणाची गोष्ट तर माझ्या हातून बिलकुल होणार नाही!''

''खरं?''

''होय. शिक्षणशास्त्राचे मूलभूत तत्त्वच –''

पण शिक्षणशास्त्रातले मूलभूत तत्त्व मुलांनी ऐकून घेतलंच नाही. त्यांनी एकदम सबंध वर्ग डोक्यावर घेतला. हाय – हुई करून सगळी शाळा दणाणून सोडली. कुणी डोक्यावरच्या टोप्या काढून वर फेकल्या. कुणी स्वतःच वर उडी मारली, तर काही सज्जन मुलांनी कागदी बाणांचे शस्त्रागारच हवेत उघडले. त्यातले काही अर्थातच माझ्या डोळ्यांना पुन्हा लागले. पुन्हा माझे डोळे पाण्याने भरले. डोळे पुशीत पुशीत मी त्यांच्या या आनंदी वृत्तीचे कौतुक केले. फार दिवसांनी मुलांना हा मोकळेपणा मिळाला आहे, तेव्हा त्यांना वाटणारा उल्हास अशा रीतीने प्रगट व्हावा, हे मला अगदी बरोबर वाटले. शिवाय हा कार्यक्रम फक्त पंधरा ते वीस मिनिटेच चालला. त्यामुळे मला त्याचे विशेष काही वाटले नाही.

पहिल्याच तासाला मुलांच्या मनातील भीती काढून टाकण्याचे काम इतक्या झपाट्याने पार पडले, हे पाहून मी अगदी मोहरून गेलो. तासाची घंटा वाजली, तसा मी उठलो. पुन्हा एकदा मुलांना सांगितले,

''उद्याच्या तासापासून अभ्यास सुरू करायचा बरं का! अन् ज्याला जे वाटेल, ते त्यानं अगदी मोकळेपणानं उठून विचारायचं. बिलकुल घाबरायचं नाही, समजलं?''

मुलांनी एका सुरात 'होय' म्हणून सांगितले, तेव्हा मला मूठभर मांस चढले. त्या खुशीतच मी वर्गाबाहेर गेलो. उद्याच्या तासाला शिकवायची कविता वाचीत बसलो.

मुलांनी 'होय' म्हटले आणि त्याचे प्रत्यंतर मला दुसऱ्याच दिवशी आले!

दुसऱ्या दिवशी मी तासाला कविता शिकविली आणि मुलांच्या आग्रहाखातर तिला चालही लावून दिली. कविता म्हणून दाखवीत असताना वर्गात मुले लांब जिभा काढून हसू लागली, हे पाहून मला अंमळ चमत्कारिक वाटले. कविता थोडीशी विनोदी आहे, असे मला वाटतच होते, पण तरीसुद्धा मुलांनी इतके हसावे,

असे तिच्यात काही नव्हते. त्यामुळे मी जरा बुचकळ्यातच पडलो. कुठे आणि किती हसावे, हेदेखील या साध्याभोळ्या मुलांना कळत नाही, हे पाहून मला फार दु:ख झाले.

कविता म्हणून संपल्यावर मी नेहमीच्या प्रेमळपणाने विचारले, ''का रे, हसायला काय झालं?''

यावर ही: ही: करून पुन्हा मुले हसली.

त्याचे ते निरलस हसू पाहून मलाही हसू आले. आपल्या कवितेने योग्य वातावरण निर्माण झाले आहे, हे पाहून मला धन्यता वाटली. तरी पण कुतूहलाने मी पुन्हा म्हटले,

''फार गंमतीशीर कविता आहे, नाही? आता मला सांगा पाहू तुम्ही का हसत आहात?''

''फि: फि: फी: –''

''अरे! काय झालं काय पण एवढं हसायला?''

''ख्य: ख्य: ख्य: –''

''बघू, कोण सांगतो? सांगेल त्याला हा खडू बक्षीस.''

मी खडू घेतलेला हात पुढे केला आणि मग पाठीमागच्या बाकावरचा एक पोरगा उठून उभा राहिला. मला भारीच कौतुक वाटलं. छान! मुलं आता धीट झाली. त्यांची मनं चांगली मोकळी झाली बरं का!

''हं, सांग रे तू –'' मी चेहरा हसरा केला.

त्याने लांब जीभ बाहेर काढली.

''सर, आम्ही हसलो ना –''

''हं –''

''ते कवितेला नाही, सर.''

''मग?''

''खरं सांगू, सर?''

''अगदी बेलाशक.''

''आम्हाला सर फार हसू आलं –''

''कशाचं बरं?''

तो पोरगा थोडा घुटमळला. मग म्हणाला,

''तुमच्या आवाजाचं सर.''

''आं?'' माझ्या हातातला खडू एकदम खाली पडला.

''हो सर, तुमचा आवाज फारच भसाडा आहे, सर.''

त्याच्या या मनमोकळ्या वृत्तीमुळे माझ्या मनाला जरा वेदना झाल्या. पण त्या

आतल्या आत दाबून मी विचारले,

"कोण म्हणतं?"

"सगळे म्हणतात. देवाशपथ सर –"

"काय देवाशपथ?"

"देवाशपथ सर, तुमचा आवाज भसाडा आहे. सर तुम्ही पुन्हा वर्गात कविता म्हणू नका."

त्या मुलाचे हे चावट उद्गार ऐकून मला एकदम रागच आला. "बरं बरं, फार शहाणा आहेस! बैस खाली." असे म्हणून मी त्यास खाली बसवले खरं, पण मुले पुन्हा एकद खुक् करून हसली आणि मग मला बराच वेळ काही सुचलेच नाही. त्या तासाला नव्या पद्धतीने शिकवायचे मग तसेच राहून गेले.

पुढे इतिहासाच्या तासाला मात्र मुलांनी असा काही चावटपणा केला नाही. इतिहासाच्या पुस्तकात कविता नसते, ही त्यात आणखी चांगली गोष्ट होती. त्यामुळे मी उत्साहाने शिकविले. मी शिकवीत असताना एकंदरीत वर्गात शांतता होती. सगळे जण रंगून गेले होते. आता काही जण आपसातच बोलत होते आणि काही पुस्तकातल्या बाईला शाईने मिशा लावण्याच्या खटाटोपात होते. आणि काही जण खिडकीतून बाहेर डोकावून पाहत होते, ही गोष्ट खरी. पण एकंदरीत मुलांचे लक्ष अभ्यासाकडे चांगलेच लागलेले होते. ते पाहून मी फार खूश झालो.

आग्र्याच्या बंदिवासातून शिवाजी महाराज कसे निसटले आणि कसे दक्षिणेत आले, हा रोमहर्षक इतिहास मी मोठ्या रसाळपणाने सांगितला. मग गोष्ट संपवता संपवता मी म्हटले,

"हं मुलांनो, कुणाला काही शंका विचारायची आहे का? न भिता विचारा."

मी गोष्ट सांगत होतो, तेव्हाच मुलांच्या तोंडावर आश्चर्य आणि कुतूहल पसरून राहिले होते. जणू काही हा प्रकार त्यांनी पहिल्यांदाच ऐकला असावा, असे त्यांचे वेडेवाकडे चेहरे पाहून मला वाटले.

शंका विचारायची मी परवानगी दिल्यावर इतका वेळ खिडकीतून बाहेर डोकावणारे एक पोरगे उठून उभे राहिले.

"का रे?"

"एक शंका आहे, सर."

त्याला शंका आली, हे पाहून मला फारच आनंद झाला. मोठ्या ममताळूपणाने मी सांगितले,

"शाबास शाबास! विचार ना!"

एका हाताने डोके खाजवीत ते बाळ म्हणाले,

"सर, शिवाजीला दाढी होती ना हो?"

"तर! चित्रात नाही का दिसत?"

"तसं नाही सर, तो आग्ऱ्याला गेला, तेव्हा दाढी होती ना?"

"अर्थातच, का बरं?" मी जरा आश्चर्याने विचारले.

"काही नाही. एवढंच विचारायचं होतं मला."

असे म्हणून तो खाली बसला. तेवढ्यात दुसरे एक शंकेखोर बालक उठून उभे राहिले.

"सर –"

"काय?"

"ही दाढी किती लांब होती हो?"

"मला माहीत नाही बाळ." मी शांतपणे सांगितले.

"तरी पण अदमासानं?"

"खाली बैस."

"अंदाज साधारण सांगा की नुसता. अगदी बरोबर पाहिजे, असं नाही."

"खाली बैस." मी नकळत ओरडलो. मुलांच्या शंकांची मला हळूहळू भीती वाटू लागली.

तो खाली बसला. पण तेवढ्यात आणखी एक सुपुत्र कोपऱ्यात उभा राहिलेला मला दिसला, तेव्हा माझ्या पोटात एकदम गोळाच आला. आता हा बहुतेक शिवाजी बसून आलेल्या पेटाऱ्याची लांबीरुंदी आणि तो कुणी तयार केला होता, याचीही चौकशी करणार, अशी धास्ती मला वाटू लागली. पण त्याने त्याहीपेक्षा मार्मिक प्रश्न विचारला,

"तुझं काय बाबा?"

"सर, दाढी काढलेला शिवाजी कुठंच कसा दिसत नाही?"

"दिसत नाही? म्हणजे?"

"सगळी आपली चित्रं बघावी तर दाढी असलेलीच आहे. बिनदाढीचं एकसुद्धा नाही, सर."

"बरं मग?" मी खेकसून विचारले.

"नाही, आग्ऱ्याहून पळाल्यानंतर शिवाजीनं दाढी काढून टाकली होती म्हणतात."

"मग त्याचं काय इथं?"

"बिनदाढीच्या शिवाजीचा एकसुद्धा फोटो नाही सर इतिहासात. हुडुत्...."

"शहाणा आहेस. पुरे आता. खाली बैस."

पण माझ्या अभिप्रायाचा परिणाम उलट झाला. तो खाली बसण्याऐवजी जास्ती जास्ती ओरडून आपले म्हणणे सांगू लागला आणि मग सगळ्या वर्गाने टाळ्या पिटून त्याच्या त्या शंकेला आपला पाठिंबा दर्शविला. त्याच्या शंकेचे सर्वसामान्य

स्वरूप असे होते की, शिवाजीने दाढी काढून टाकल्यानंतर एकदा तरी फोटो काढून घेणे, हे आवश्यक होते. म्हणजे शिवाजी मूळ कसा होता, याची काही कल्पना आली असती. पण ज्या अर्थी शिवाजीचा अशा स्वरूपाचा एकही फोटो उपलब्ध नव्हता, त्या अर्थी एक तर इतिहासातच काहीतरी गडबड असावी किंवा शिवाजीमध्येच एकंदरीत शहाणपणा आणि दूरदृष्टी कमी असावी. तेव्हा यातली नक्की कोणती गोष्ट खरी, यांचा अधिकृत खुलासा मी करणे बरे. बाकीचे भारूड सांगण्यात काहीच मतलब नाही. इतकेच नव्हे, तर दाढी ठेवलेला माणूस दाढी काढल्यानंतर कसा दिसतो, याची अंधुक कल्पना येण्यासाठी मीच स्वत: काही दिवस दाढी राखून नंतर ती काढून टाकल्यास सोन्याहून पिवळे होईल. सगळ्यांच्या मनातल्या संशयाची निवृत्ती होईल.

त्या मुलाचे हे बोलणे ऐकत असताना माझे डोके बरेच चढल्यासारखे झाले होते. काही चमत्कारिक शब्द उच्चारण्यासाठी जीभ तोंडातल्या तोंडात सारखी वळवळत होती आणि माझे दोन्ही दात एकसारखे शिवशिवत होते. पण त्या सगळ्या गोष्टी आणि विचार दाबून मी शांतपणे त्याला सांगितले,

"खाली बैस बाळ."

"पण सर, दाढी –"

"दाढी गेली चुलीत." मी दरडावून म्हटले, "बसतोस का नाहीस?"

"असं म्हटल्यावर काय सर –"

असे म्हणून तो कुरकुरत खाली बसला आणि मी सुटकेचा नि:श्वास सोडला. मुलांच्या या शंकांची ही रीत पाहून मी बराच अस्वस्थ झालो. योग्य शंका कोणत्या आणि अयोग्य शंका कोणत्या, यावर मुलांना चार उपदेशाचे शब्द सांगावेत, असे माझ्या मनात आले होते. पण तेवढ्यात तासाची घंटा वाजली आणि काहीही न करता मला तसेच वर्गातून बाहेर जावे लागले.

बऱ्याच दिवसांचा कोंडमारा नाहीसा होऊन मुलांना नुकताच मोकळेपणा मिळाला आहे, त्यामुळे हा उत्साहाचा भर असेल; तो ओसरला की मुले आपोआप सरळ आणि व्यवस्थित वागू लागतील, असे मला वाटत होते. नाही म्हटले तरी त्यांची जिज्ञासू वृत्ती एकंदरीत कौतुक करण्यासारखी होती. आज त्यांना शिवाजीच्या दाढीसंबंधी कुतूहल वाटत आहे; पण हळूहळू त्यांना खुद्द शिवाजीविषयीही वाटू लागेल, असा माझा अंदाज होता. पण मुलांची मनमोकळी वृत्ती आणि जिज्ञासा कल्पनेबाहेर वाढली, त्यांच्या मनाचा कोंडमारा साफ नाहीसा झाला ही गोष्ट खरी; पण त्यामुळे माझ्या मनाचा मात्र भलताच कोंडमारा होऊ लागला. हळूहळू त्यांच्या शंकाकुशंकांना इतका ऊत आला, की मूळ अभ्यासाला वर्गात वेळच मिळेनासा झाला. तसेच, मी केवळ शब्दांनी समजावून सांगून त्यांची निरागस मने वळवण्याचा

प्रयत्न केल्यामुळे, तर ही कोमल फुले फारच उपद्‌व्याप करू लागली. वर्गात माझा तास चालू झाला, म्हणजे कुणी तोंडात बोटे खुपसून शिट्‌ट्‌या फुंकू लागली. कुणी माझ्या कॉलरला कागदी चिठ्‌ठ्या अडकवू लागले, तर कुणी लाडिकपणे माझ्या कोटाच्या खिशातही हात घालू लागले. आणि टाळ्या, हशा आणि आरडाओरडा या गोष्टी तर इतक्या परिपाठाच्या बनून गेल्या, की काही विचारू नका. रेल्वेजवळ राहणाऱ्या माणसाला जसे रेल्वेच्या खडखडाटाचे काहीच वाटत नाही, तसे मला या आवाजाचे पुढे पुढे काहीच वाटेनासे झाले. हा प्रकार सगळ्यांच्याच इतका अंगवळणी पडला की, ज्या वर्गातून बराच गोंगाट आणि आरडाओरडा ऐकू येत असेल, त्या वर्गाला मी शिकवीत आहे असे समजावे, ही गोष्ट शिपायांनादेखील कळू लागली. माझ्या नावाच्या नोटिसा, पत्रे, निरोप ते बरोबर त्या वर्गात आणून पोचते करू लागले. माझ्या नव्या पद्धतीचा आणखी एक फायदा असा झाला की, वर्गपाठ इत्यादी निरुपयोगी गोष्टी केल्याच पाहिजेत असे नाही, त्या न केल्या तरी काही फारसे बिघडत नाही, हे मुलांच्या फार लवकर ध्यानात आले आणि मग कुणीच त्या करून येईनासे झाले. त्यांच्या वह्या, पुस्तके कोरीच राहिली. या सगळ्यांचा किंचित परिणाम सहामाही परीक्षेवरही झाला. मी ज्या वर्गाला शिकवीत होतो, त्यातले कुणीच पास झाले नाही.

माझ्या या नव्या शिक्षणपद्धतीचा अनपेक्षितपणे हा परिणाम झालेला पाहून मी आश्चर्याने तोंडात बोटच घातले. आपले काहीतरी चुकत आहे, असा मला संशय येऊ लागला. याबाबतीत अधिक माहिती मिळवावी, म्हणून मी मानसशास्त्रावरचे ग्रंथ वाचण्याच्या तयारीत होतो. पण तेवढ्यात मुख्याध्यापकांनी मला बोलावून घेतले आणि चांगलीच तंबी भरली.

"हे पाहा, फफेगुरुजी, तुम्ही अशा रीतीनं जर मुलांना शिकवणार असाल ना, तर तुमची गरज नाही आम्हाला – समजलं?"

हे बोलत असताना त्यांचा चेहरा रागाने लाल झाला होता आणि ओठ एकसारखे थरथरत होते. त्यांचा रुद्रावतार पाहून मी घाबरूनच गेलो. कापत म्हणालो,

"प – पण माझं चुकलं तरी काय?"

टेबलावर दाणदिशी हात आपटून ते म्हणाले,

"तुम्ही मुलांना अजिबात कधी मारलं नाही, असा माझ्याकडे रिपोर्ट आला आहे. खरं का हे?"

"होय." मी मान हलवली,

"पण तुमच्याकडे ही तक्रार कुणी आणली?"

"खुद्द मुलांनीच."

"आँ?" माझे डोळे विस्फारले.

"एक गोष्ट लक्षात ठेवा यापुढे मि. फफे –"

"काय?"

"मुलं म्हणजे भुतं."

"भुतं?"

"होय, भुतं. त्यांना मरंस्तोवर बदडायचं. तरच ती शहाण्यासारखं वागतात. त्रास देत नाहीत."

"पण खरं म्हणजे या जुनाट कल्पना आहेत." मी मध्येच धीर करून रडव्या तोंडाने बोललो.

"काय?" मला गर्जना ऐकू आली.

"नाही – शिक्षणशास्त्र असं सांगतं, की मुलं म्हणजे निरागस फु –"

"झक मारतं तुमचं शिक्षणशास्त्र!" डोळे लाल करून ते ओरडले, "तुम्हाला मारता येत नसेल मुलांना, तर घरी बसा खुशाल. आम्ही दुसरा शिक्षक पाहू."

"पण – मी बी.टी. –"

"हं:! तुम्ही बी.टी.ला थर्ड क्लासात आलात, म्हणून मोठ्या आशेनं घेतलं आम्ही तुम्हाला. पण तुम्ही अगदीच निराशा केलीत माझी. जा, चालू लागा."

मुख्याध्यापकांच्या या रानटी वृत्तीचा मला मनातून इतका राग आला, की मी तसाच बाहेर पडलो आणि अक्षर न बोलता माझ्या वर्गाकडे गेलो. रागारागात वर्गात शिरलो. फळ्याच्या बाजूला महाराष्ट्राचा नकाशा टांगला आणि इतिहास शिकवायला सुरुवात केली. संभाजी राजाचा दारूमुळे कसा अध:पात झाला आणि शिवाजीने लावलेली शिस्त कशी मोडकळीस आली, हे मोठ्या कळवळ्याने सांगू लागलो.

मी शिकवीत होतो. माझ्या हातात एक लांबलचक वेताची काठी होती. तिच्या आधाराने मी मुलांना नकाशातली संगमेश्वर, तुळापूर, रायगड ही ठिकाणे दाखवीत होतो आणि इकडे मराठ्यांच्या राज्याप्रमाणे वर्गातला कारभारही मोडकळीस आला होता. दोघे-चौघे खिडकीतून वाकून, बाहेर इतर मुले गोट्या खेळत होती तिकडे टक लावून पाहत होते. एकदोघे खिडकीतून उत्तेजनाचे शब्द काढीत होते आणि एक चिरंजीव तर उडी मारण्याच्याच बेतात होते. बाकीची मुले मात्र त्या मानाने गरीब होती. कुणी हाताच्या बोटाने कानातला मळ काढीत होते, कुणी एकमेकांना चिमटे काढीत होते. काही जण मध्येच बाकावर उभे राहून पुन्हा खाली बसत होते. मधून मधून शड्डू मारून किंचित गर्जना करीत होते. मी या सगळ्या प्रकाराकडे मोठ्या दु:खी मुद्रेने पाहत होतो. एकदा संभाजीचा अध:पात कसा झाला, हे सांगत होतो आणि मधून मधून गप्प बसण्याचा प्रेमळ उपदेश करीत होतो.

"तेव्हा... हे संगमेश्वर –" मी हातातली काठी नकाशावर रोवीत म्हटले, "आणि हे –"

तेवढ्यात कुठूनतरी एक बाण आला आणि खट्दिशी माझ्या नाकाला लागला. नाक लाल झाले. आधीच मुख्याध्यापकांनी दम भरल्यामुळे मला राग आला होता. त्यातून हा प्रकार घडल्यामुळे तर माझे डोकेच फिरून गेले. पण बी.टी.चा सगळा अभ्यास एका क्षणात डोळ्यांपुढे आणून मी मन शांत केले. वरकरणी हसत मी जोरात काही उचलीत म्हटले,

"– आणि मुलांनो, हे तुळापूर बरं का इथं."

पण मी एवढे बोलतो आहे, तेवढ्यात मोठा चमत्कार घडला!

वेगाने उचललेली काठी माझ्या हातून एकदम निसटली आणि पुढे बसलेल्या मुलांच्या अंगावर जोरात जाऊन पडली. चार-पाच मुलांना एकाच वेळी तिचा प्रसाद मिळाला आणि त्यांनी किंकाळ्या मारल्या.

काय असेल ते असो! पण तो प्रकार घडल्याबरोबर वर्गात एकदम शांतता पसरली. खिडकीशी ओणवे झालेले पट्दिशी जागेवर जाऊन बसले. मारामारी आणि आरडाओरड एकदम थांबली. बाण फेकण्याचे काम एकाएकी संपुष्टात आले आणि सबंध वर्ग इतका चुपचाप झाला, की फार दिवसांनी मला माझा स्वत:चा आवाज ऐकू येऊ लागला.

– ते पाहिल्यावर माझ्या डोक्यात लख्ख प्रकाश पडला.

मुख्याध्यापकांनी घटकेपूर्वी केलेला बहुमोल उपदेश मला एकाएकी पटला. आपल्या शिक्षणपद्धतीत काय कमी होते, याचे मला एकदम ज्ञान झाले. मग मी ओठ चावीतच उठलो. ती काठी विजेच्या चपळाईने उचलली आणि दिसेल त्याच्या पाठीत बक्दिशी घातली. वर खेकसून विचारले,

"दंगा करायला पाहिजे नाही का गाढवा?– हरामखोर, डांबीस...."

आणि पुन्हा एक जोरात फटका दिला.

त्याबरोबर ते पोरगे कळवळलेच. थोबाड पसरून ओरडले,

"नाही सर, पुन्हा नाही करणार सर."

"आस्सं. असं नीट बोल."

असे म्हणत म्हणत दुसऱ्या एका पोराच्या तोंडात फाड्दिशी ठेवून दिली. अशी लगावली, की त्याचा गाल काळानिळा होऊन गेला.

"तूच शिवाजीची दाढी किती लांब आहे, म्हणून विचारीत होतास नाही? थांब लेका, तुझी जीभ किती लांब आहे, हे आधी मोजून बघतो."

माझी ही सरबत्ती ऐकल्यावर त्या दुसऱ्या पोरानेही एकदम शरणागती पत्करली. गालाला हात लावून ते रडतरडत म्हणाले,

"चुकलं सर, आता पुन्हा नाही विचारणार."

"संभाजी कसा मेला तुला कळलं ना?"

“होय सर!”

“पहिल्यांदा त्याचे डोळे फोडले –” मी भीषण आवाज काढून त्याच्या अंगावर धावलो, “मग त्याची सालडी काढली –”

“अयाई!” त्याने किंकाळी मारली.

“मग त्याचे हातपाय तोडले –”

“मेलो मे–लो.”

“मग त्याचे तुकडे तुकडे केले –”

“नको नको – कळलं सर. सारं कळलं.”

“कळलं ना? का शंका आहे एखादी?”

“नाही सर. सगळं कसं लख्ख समजलं.”

“शाबास!”

तास संपेपर्यंत मग हाच उद्योग केला. वर्गातल्या प्रत्येक पोराला चांगला प्रसाद दिला. कुणाच्या पाठीत गुद्दे घातले. कुणाला छडीने चोपले. कुणाचा हात उलटा करून पिरगळला, तर कुणाची खांद्याची शीर बेदरकारपणे दाबली. आणि मग सगळी मुले एकदम नम्र आणि आज्ञाधारक बनली. संभाजीचा अध:पात सगळ्यांना फारच छान समजला आणि कुणालाही कसलीही शंका आली नाही.

आता माझ्या वर्गात विलक्षण शांतता असते. सगळी मुले झटून अभ्यास करतात. कुणालाही कसलीही शंका येत नाही. सगळ्यांना कसे झटपट समजते. आता एखाद्या वेळी थोडेसे बिघडते, नाही असे नाही. कुणीतरी गाढव पोरगे मध्येच उठते आणि चुकून मला शंका विचारते. त्याबरोबर मला असा राग येतो, की काही विचारू नका. लांबलचक छडी घेऊन मी त्याला बेदम चोपूनच काढतो. कधी कधी त्याचा हात उलटा करून पिरगाळतो. पाठीत खुशाल एक दणका घालतो.

मग सगळीकडे सामसूम होते. सगळ्यांना कसे भराभर समजते.

– आणि सांगायला हरकत नाही. एखाद्या मुलाने फारच किरकिर लावली, तर मी त्याची बेंबी हाताने धरून ती स्क्रूसारखी पिरगळायलाही कमी करीत नाही!

□

बुद्दुक

इंगोल्याचा भगवाना मुंबईला गिरणीत कामाला होता आणि आता तो महिनाभर रजा काढून गावी आला होता. भगवानाचा सगळा जन्मच मुंबईला गेला होता. कारण त्याच्या बापापासून मुंबईलाच त्यांचे बिऱ्हाड होते. भगवानाचा चुलता तेवढा गावातच राहत होता. घरी चार-दोन एकर जमिनीचा तुकडा होता. त्यावर त्याचे पोट कसेबसे चालत होते. त्यामुळे भगवानाचा संबंध गावाशी येई तो हुरड्यापुरता किंवा कुणाच्या लग्नाला येण्यापुरता. बाकी तो मुंबईकरच झाला होता आणि त्याचे वागणेही मुंबईचेच. डोईला भांग किंवा एखाद्या वेळी नवा रंग दिलेला पटका. छानबाज सद्रा आणि ऐटबाज कोट, धोतर किंवा पँट. हातात घड्याळ, तोंडात शिग्रेट, डोळ्यांत सुरमा असा भगवाना जेव्हा गावातून टेचात फिरे, तेव्हा गावची बायकापोरं त्याच्याकडे टकामका बघत. 'इंगोल्याचं पोरगं वरच्या वाऱ्याला लागलं –' असं काहीतरी बोलत.

आता भगवान गावी आला होता, तो एरवीसारखा नव्हता. स्वत:ची सोयरीक बघण्यासाठी – जुळल्यास उरकण्यासाठीच तो आला होता. या फाटक्या माणसाचे मुंबईत कुठेच जमत नव्हते. तेव्हा कंटाळून तो गावाकडे मुली बघायला आला होता. कुणीकडून तरी दोनाचे चार हात करूनच आता मुंबईला परतायचे, अशा घाईला तो आला होता. आणि त्यात काही आश्चर्य नव्हते. गडी फार वर्षे खोळंबून राहिला होता आणि त्याचे लग्न करण्याची गरज त्यालाच नव्हे, तर त्याच्या सगळ्या चाळीला वाटत होती. इकडे त्याच्या चुलत्याने एक जवळपासची मुलगी बघून ठेवली होती. बाकीची कच्ची बोलणीही झाली होती. फक्त भगवानाला त्याच्या सासुरवाडीच्या

माणसांनी एकदा बघायचे राहिले होते. ते झाले म्हणजे सोयरीक पक्की ठरणार होती. तेवढ्यासाठीच तिरळ्या डोळ्याचा, काटकुळ्या अंगाचा भगवाना गावी आला होता आणि आता सासुरवाडीच्या गावाकडे निघणार होता.

दुसऱ्याच्या मागून आणलेल्या सायकलीत पंपाने हवा भरल्यावर त्याने अंगात कोट घातला. राठ केसांचा भांग पाडला. त्यावर पटका आवळला, एकदा आयन्यात डोकावून बघितलं आणि चुलत्याला उद्देशून तो म्हणाला,

"जातो मी. रातच्याला येतो मागारी."

चुलता खोलीत कांदे पसरण्याच्या गडबडीत होता. तो म्हणाला,

"नीट जा रे! आन रस्ता हाय ना ठावा?"

मुंबईत वागल्या-सवरलेल्या भगवानाला हा प्रश्न ऐकून अपमान झाल्यासारखे वाटले. रिकामी अक्कड दाखवणारा तो माणूस कपाळाला आठ्या घालून म्हणाला,

"म्हंजे? मुंबईत रोज हिंडतो मी कुटंबी. तिथं चुकत न्हायी, आन या खेडेगावची वाट चुकतो व्हय? तुमचं आपलं कायबायच आसतं काका."

"तसं न्हवं. एक आपलं सांगितलं. आन नीट वाग. खेडेगावच्या रीतीला धरून."

"म्हंजे? मी काय गाढव हाय? काय कळत न्हायी म्हन की मला."

"अरे, तुजा जल्म गेला शेरात. हिकडं कवातरी यायाचा तू सटीसामाशी. हिकडची रीतभात संबाळाय पाहिजे. शेरातल्या माणसाकडं पावणे बघत असत्यात डोळं फाडून."

"हाय मला ठावं." असं म्हणून भगवाना बाहेर पडला आणि त्याने तोंडात शिग्रेट धरून पेटवली. तोंडातून धुराचे गोळे सोडीत त्याने मग सायकलीवर मांड ठोकली आणि जोराने पायटा मारला.

फुरसुंगी गाव त्याच्या गावापासून पाच कोसांवर तर होते. तिथे जायचे आणि पाटलाचा वाडा कोणता, एवढीच चौकशी करायची. खेडेगावात एखाद्याचे घर हुडकणे असे काय कठीण असते? कुणीही घर दाखवील. राहावे संध्याकाळपर्यंत. जेवणावर आडवा हात मारावा, थोडा वेळ लोळावे आणि यावे निघून. जमल्यास नवरीही बघावी....

असा विचार करीत भगवाना मोठ्या दमाने सायकल मारीत होता. वैशाखातले ऊन अगदी उकळत होते. दगडधोंडे, झाडे-झुडपे, रस्ता – सारे अगदी तापून निघाले होते. नुसते बघूनही जळजळावे असे ते लांबवर पसरलेले माळरान आणि न संपणारी वाट. सावलीचा काळा डाग कुठेच नव्हता. पटक्याच्या सोग्याने घामेजलेला चेहरा पुशीत आणि भात्यासारखी छाती मागे-पुढे करीत भगवाना ती खिळखिळी सायकल पुढे रेटीत होता. जेवणवेळेपर्यंत गाठ गाठण्यासाठी जिवापाड पायटे मारीत होता!

सूर्य चांगला डोक्यावर आला, तेव्हा गावची शीव दिसू लागली. गावासारखे गाव. निराळे असे त्यात काही नव्हते. पाचपन्नास धाब्याची घरे. बरीचशी वेडीवाकडी. पुष्कळशी कोसळलेली. जिथं तिथं दगडांचा ढीग. कुठे सावलीला एखादे कुत्रे अंगाचे वेटोळे करून धापा टाकीत पडलेले. डबक्यात एखादी प्रेमळ डुकरीण आणि तिची चार-दोन पिल्ले. मेढीला टेकून काहीतरी करीत असलेल्या आयाबाया. बाकी सगळे गाव उन्हाच्या सणाक्याने निपचित पडलेले.

ते दृश्य नेहमीचेच होते. भगवानाच्या रोजच्या डोळ्याखालचे होते. पण तरीही त्याला ते मुळीच आवडले नाही. आपली सासुरवाडी इतकी गदळ असावी, म्हणजे काय?

भगवाना सायकलीवरून उतरला. उजव्या हातात सायकलीचे सुकाणू धरून तो गावात शिरला. त्यातला त्यात मोठ्या दिसणाऱ्या रस्त्याने त्याने आपली सायकल काढली. विचारायला कुणी भेटते का, ते न्याहाळीत तो पुढे चालला. मधल्या बोळकंडीत डोक्यावर पदर घेतलेली एक बाई त्याच्या दिशेने येताना दिसली, तेव्हा तो थांबला. तिची वाट पाहू लागला. झपाझपा निघालेली ती बाई, हा माणूस वाटेतच उभा आहे, हे बघून तिथेच उभी राहिली. तो पुढे जाईल, म्हणून थांबली. भगवाना गाढवासारखा तसाच उभा राहिला. तिच्याकडे बघत. ती बाई तिथेच तटली, हे बघून त्याला नवल वाटले. मग सायकल फराफरा ओढीत तोच पुढे गेला. बाईपाशी जाऊन त्याने तिला विचारले,

"पाटलाचा वाडा कुठं हाय वो?"

"अँ –"

असे म्हणून त्या बाईने आपल्या पदराला झटका दिला आणि मोकळ्या झालेल्या वाटेने ती तरातरा पुढे निघून गेली.

भगवाना बुचकळ्यात पडून तिथेच वेंधळण्यासारखा उभा राहिला. 'च्या बायली! भहिरीबिहिरी हाय का?' असे तो चिडून बोलणार होता. पण तेवढ्यात एक मुंडासेवाला समोरून चाललेला त्याला दिसला. त्याला हाक मारून विचारले, तर कळण्यासारखे आहे, असे वाटले.

"ओ पाव्हणेऽऽऽ"

पाव्हणा दोन टांगांतच त्याच्याजवळ आला. या टेचदार माणसाकडे कुतूहलाने बघून तो म्हणाला,

"का हो?"

"पाटलाचा वाडा हाय ना हितं?"

"पाटलाचा वाडा?"

"हां, हां."

"पाटलाचा वाडा हाय. पर त्यो खल्लास झालाय समदा.''

"म्हंजे?''

"म्हंजे गावची हागंदारी हाय बघा थितं. वाडा समदा शाप पडलाया. निस्त्या भित्ती हायेत जाग्यावर.''

"आँ? आन पाटील?''

"पाटील हाय की. पर त्यो दुसऱ्या वाड्यात आसतो.''

"त्यो वाडा कुठाय?''

"आन मग आसं इचारा की. जावा डाव्या अंगानं.''

असं म्हणून सर्कशीतल्या जनावराकडे बघावे, तसे भगवानाकडे बघत बघत तो पाव्हणा पुढे निघून गेला.

डाव्या अंगाला वळून भगवान्या पाटलाच्या वाड्याकडे आला. तो चिरेबंदी, ऐसपैस, मोठ्या दरवाजाचा वाडा बघून त्याला बरे वाटले. आत शिरून त्याने सायकल भिंतीला टेकविली आणि पटका हातात घेऊन डोईचा विस्कटलेला भाग पुन्हा नीटनेटका केला. मग त्याने हाक मारली,

"पाटील हायेत का आत?''

भगवानाने हाक मारली, त्या वेळी पाटील न्हाव्यासमोर बसून हजामत करीत होता. आज सकाळपासून तो एका नव्या गड्याची वाट बघत होता. पाटलाकडे एक गडी कायम कधी टिकत नसे. कधी पाटलाशी त्याची तक्रार होई, तर कधी तरण्या पाटलीणबाईशी होई आणि एकदोनदा जरी तक्रार झाली, तरी तर्कटी डोक्याचा पाटील त्याला ताबडतोब हाकलून लावीत असे आणि महिन्यात पुन्हा नवा गडी वाड्यात दिसत असे. आज पहिला गडी जाऊन आठ दिवस झाले होते आणि दुसरा नवा गडी काही आढळला नव्हता. पाटलाच्या एका पाव्हण्याने आपल्या गावाहून एक माणूस पाठवून द्यायचे कबूल केले होते. तो माणूस आज येणार होता आणि पाटील सकाळपासून त्याचीच वाट बघत होता. घरातील बरीच कामे या आठ दिवसांत साचून राहिली होती आणि ती ताबडतोब उरकायला पाहिजे होती.

बाहेरून अनोळखी आवाजात हाक ऐकू आली, तसा पाटील मनात खूश झाला. अखेर आला एकदाचा नवा गडी!... मग न्हाव्याचा वस्तरा हाताने थांबवून तो ओरडला,

"कोन हाय?''

"मी आपला भगवाना.''

"भगवाना आसू दे नाही तर ईश्वरा आसू दे. चट्दिशी ये माझ्या म्होरं.''

भगवाना ही एकेरी हाक ऐकून थोडासा चमकला. पण तसाच आत गेला आणि त्याने पाटलांना रामराम केला. उघडाबंब झालेला पाटील, अंगावर सगळीकडे केसच केस असल्यामुळे लोद्या माकडासारखा दिसत होता. त्याने भगवानाचा रामराम

घेतला आणि त्याच्या तिरळ्या डोळ्याकडे निरखून बघितले. त्याचा तो भांग, घड्याळ, इजार बघून त्याला मोठे नवल वाटले. 'च्या बायली! मोटा झाकीत आलाय की ह्यो!' असं तो मनात म्हणाला. काम संपल्यावर न्हावी निघून गेला. मग पाटलाने भगवानाला ओट्यावर बसायला सांगितले. नंतर चिलीम काढून फुलवली. एक-दोन झुरके घेऊन विचारले,

"भगवाना न्हाय का तुजं नाव?"

भगवानाने एवढा वेळपर्यंत सगळ्या वाड्यावरून दृष्टी फिरवली होती. इमला चांगला दांडगा दिसत होता. कडीपाट आणि फरसबंद. बाहेरची ओसरीच नुसती तीन ओढीची. नक्षीचे खांब. बंदुकींनी, देवादिकांच्या फोटोंनी, आरशांनी सजलेल्या भिंती. भिंतीच्या अंगची लहानमोठी कपाटे आणि त्यात भरून ठेवलेले निरनिराळे कपडे. चंगाळ्या, आयन्याच्या झुली. कोपऱ्यात चार-दोन नवे कोरे नांगर... एकूण पाटील मोठा गबरगंड दिसत होता. आता बोलणे-चालणे एकेरी, आगाऊपणाचे दिसते थोडे. पण असेना! घबाड मिळवायचे म्हणजे थोडे ऐकून घ्यायला पाहिजे....

तोंडाचा 'आ' करून इकडे तिकडे बघणाऱ्या भगवानाकडे पाटलाने उत्तराच्या अपेक्षेने बघितले. थोडे थांबून, खेकसून तो पुन्हा म्हणाला, "आरं लेका, भगवानाच नाव हाय ना तुजं?"

भगवाना दचकला आणि म्हणाला,

"आँ?... होय."

"आरं, मग म्हन की तोंडानं. म्या म्हनलं भगवानासारकाच तूबी गप झालास की काय?"

असे म्हणून पाटील जोरदार हसला. विमान कोसळल्यासारखा हसला.

"काय वय हाय तुजं?"

"पंचवीस आसंल की."

"पंचवीस? लेका, तरणाबाड गडी तू. आन काय देह तुजा रे? वारा आला तर उडून जाशील की."

"कुठं इतका वारा हाय आपल्याकडं?"

असं म्हणून भगवानाने तिरळा डोळा उचलून पाटलाकडे बघितले. कशी ठेवून दिली, असा भाव त्याच्या दृष्टीत होता.

पाटील हसला आणि म्हणाला,

"हे बघ भगवाना, आमी पुष्कळ माणसं याच्या आधी बगितली. पन कोनच आमच्या मनाला आलं न्हायी."

"आसं का?"

"हां, आता तू कसा काय हायेस तेच बघायचं. पाव्हण्यांनी तुजी शिफारस तर लई केली."

हे ऐकल्यावर भगवाना लाजला आणि जीभ दातात धरून खाली बघू लागला. म्हणाला,

“कशाचं पाटील! हाय मी आपला साधासुधा माणूस.”

पाटलाने त्याच्या बोलण्याकडे दुर्लक्ष केलं. तो पुढे म्हणाला, “आता मुद्द्याची गोष्ट बोलतो. आमी इकते दिवस म्हनत होतो, की तुला काई तरी रोख उचलून द्यावं. बाकीची भानगड नगं. पन आता जरा निराळा इचार ठरविलाय म्या.”

काहीतरी उचलून देणे, हेच भगवानाला फायदेशीर होते. हुंडा म्हणून चार पैसे रोख मिळाले असते, तर त्याने मुंबईत धंदाबिंदा काढला असता एखादा. कुणीकडून तरी लग्न उरकायचे, जसे देतील तसे करून घ्यायचे, या हिशोबाने तो इकडे आला होता. नवरी मिळून आणखी काही मिळत असेल, तर त्याला ते नको होते थोडेच?... पण पाटलाने आपला बेत का बदलला होता कोण जाणे! लहरीच दिसतोय हा पाटील... असो. जे मिळेल ते पदरी पाडून घ्यावे....

भगवानाने मनाशी असा विचार केला आणि तो म्हणाला,

“कसला इचार?”

“ही उचलून द्यायची भानगडच ठिवली न्हाई म्यां. तू आपला ऱ्हा हितंच. काय तुला लागंल ते द्यायचं लागलं माझ्याकडं.”

‘म्हणजे! आपल्याला घरजावई करून घ्यायचा याचा विचार आहे काय? हे तर भरपेट काम झालं. मग गिरणीत राबायचं काय नडलंय आपल्याला? राहा म्हणतोय इथे तर राहावे. पडावे वाघरासारखे निवांत. आपल्याला काय? काय म्हणेल ते कबूल करू. काय हरकत आहे?....’

“आसं म्हणता पाटील?”

“हां. हाय कबूल?”

“कबूल हाय. ऱ्हायलो आपण हितं!”

“सगळं बगावं लागंल.”

“आगदी.”

“हे मी बघनार न्हायी, ते मी करनार न्हायी, असं नगं बरं का. काय आसंल ते आत्ता बोलायचं. मागनं वाटाघाटी नगंत मला.”

“पटलं.”

“आन चुकलास तर?”

“कान धरा माजा. मग झालं?”

“शाबास पठ्ठे! हां, ऊट आता. घोडं घेऊन जा डगरीला आन पानी पाजून आण.”

आपल्या कबुलीची अंमलबजावणी इतक्या झटपट करावी लागेल, याची

भगवानाला कल्पनाही नव्हती. तो मनात कुरकुरला, पण मुकाट्याने उठला आणि धाकधूक करीत बाहेरच्या तबेल्याकडे गेला. असली कामे त्याने बापजन्मी कधी केली नव्हती. पण थोडक्यासाठी असल्या लहरी माणसाची मर्जी जाऊ देणे बरे नव्हते. जरा घ्यावे कलाने त्याच्या. काय बिघडले? आणि न जाणो, पाटील आपली परीक्षा घेत नसेल कशावरून?....

भगवानाने कपडे उतरवले. पाटलाने दाखविलेल्या दिशेने तो तबेल्याकडे गेला. जीनबीन टाकायची त्याला कुठे माहिती होती? नुसते घोड्याचे खूर मोकळे करून त्याने घोडे बाहेर काढले आणि 'झा झा' करीत तो नदीकडे निघाला.

पाटलाचे घोडे दिसायला मरतमढेच होते; पण मोठे नाठाळ होते. नवीन माणसाने हात लावला की, चौखूर उधळायची त्याला सवय होती. भगवानाने त्याला थोडा वेळ नीट नेले. पण घोड्याने त्याचा तिरळा डोळा बघितला. मग हिसडा देऊन ते जे उधळले, ते भगवानाला रस्त्यावर पालथा पाडून पार दिसेनासे झाले! फुफाट्यात पडलेला भगवाना तसाच गडबडीने उठला आणि डोळ्यात गेलेली माती बाहेर काढीत काढीत त्याच्या मागे धावला. घोडे पुढे आणि भगवाना पाठीमागे अशी शर्यत डगरीपर्यंत चालली. डगरीपाशी आल्यावर मात्र ते घोडे शांत झाले. शांतपणे डगर उतरून ते खाली गेले आणि नदीच्या पाण्याला त्याने तोंड लावले. घटाघटा पाणी पिऊ लागले.

पळतपळत भगवाना डगरीपाशी आला. बघतो तर घोडे शांतपणे पाणी पिते आहे.

मग मुरगळलेला पाय हाताने दाबीत तो खाली उतरला. घोड्याजवळ जाऊन त्याने घाबरत घाबरतच त्याची पाठ थोपटली आणि त्याची मान धरून त्याला डगरीकडे वळवले.

घोड्यावरच बसले म्हणजे ते काही उधळायचे नाही, जाईल सावकाश, अशा विचाराने त्याने लहानशा खडकाशी घोडे उभे केले आणि त्या खडकावर चढून घोड्याच्या पाठीवर बैठक मारली. पुन्हा 'झा झा' केले.

ते शब्द ऐकल्यावर घोडे पुन्हा जे उधळले, ते झटक्यात गाव ओलांडून पार पुढे गेले. भगवानाने घाबरून त्याची आयाळ पकडली आणि उताणा पडून डोळे गपकन मिटून घेतले. पण घोड्याने एक-दोनदा मान वर करून त्याला असा दणका ठेवून दिला की, त्याचे थोबाड चांगलेच सुजून निघाले. जीन नसल्यामुळे घोड्याच्या पाठीचा कणा तर असा खुपत होता की, भगवानाला मुंबईच आठवली! बराच वेळ धावून धावून घोडे दमगीर झाले. झाडाझुडपांतून, खाचखळग्यांना रानावनातून चांगलीच तास-दीडतास दौड केल्यावर आणि शिरोळशेटसारखे बसलेल्या भगवानाचे मुस्काट पाडल्यावर घोडे पुन्हा गावाकडे परतले. गावात आले, त्या वेळी ते अगदी शांत झाले होते आणि भगवानाच्याच तोंडातून फेस येत होता.

घोड्याला पाणी पाजायला दोन तास लावणाऱ्या गड्याची पाटील वाटच बघत होता. घोड्याला कसेबसे तबेल्यात कोंबून भगवाना घाम निथळत निथळत आत आला आणि खांबाला टेकून पाय फाकून पडला, तेव्हा पाटील म्हणाला,

''भगवाना, भले पठ्ठे! घोडे नदीवरनं आणायला इत्का येळ?''

भगवानाला बोलायचीही शक्ती नव्हती. धापा टाकीत तो म्हणाला, ''कसलं घोडं हे पाटील तुमचं? गाडवाच्या वर हाय.''

''म्हंजे?''

मग भगवानाने धापा टाकीत हळूहळू घडलेली सारी हकिकत सांगितली.

पाटलाने ती शांतपणे ऐकून घेतली. मग तो म्हणाला, ''लेका, तू 'झा झा' केलं असशील त्येला.''

''व्हय.''

''हात तुझी लेका! आरं 'झा' म्हनलं की लई तावतं ते. 'थिर्र थिर्र' म्हनायचं का न्हाई त्येला?''

''थिर्र थिर्र? का शेळी हाय का बोकड?''

''तसाच हाय गुलाम त्यो. 'थिर्र' म्हनलं की शेळीसारखा चालतो त्यो. आन 'झा झा' म्हनलं की मंग मातुर जातंय भुतासारकं!''

''आँ! बरा हाय की ह्यो घोडा तुमचा!''

''बरं, ते आसू दे. आता ऊठ आन परसात जाऊन लाकडं घे बरं फोडून थोडीशी.''

मग संध्याकाळपर्यंत भगवानाला कामापुढे उसंत मिळाली नाही. परसात जाऊन त्याने प्रथम वंडिव लाकडाचे फोडीव लाकडात रूपांतर केले. नंतर चार पायली जोंधळे खांद्यावर टाकून ते ओझे गिरणीतून दळून आणले आणि पांढराफेक होऊन तो घरी परत आला. डाळ निवडली. गुरांना वैरण घातली. पेंड फोडून म्हशीला जोगविण्याचे काम केले. संध्याकाळच्या स्वैपाकाला भांडी विसळून दिली. मग खांबाला टेकून तो घटकाभर हाशहुश करीत पडला. त्याचा चेहरा उतरला होता आणि अंग ठणकू लागले होते. पोटात तर दुपारपासून अन्न नव्हते. काम करकरून त्याचा पिट्टा पडला होता. झालेल्या दगदगीने त्यांचा किंचित डोळा लागला.

पाटलाची या वेळपर्यंत चांगलीच झोप झाली होती. डोळे चोळून त्याने जांभई दिली. चूळ भरून तोंड धुतले आणि अंगात कपडे घातले. नंतर त्याने पेंगणाऱ्या भगवानाला हाक मारली,

''भगवानाऽऽ''

खांबाला टेकून झोपलेला भगवाना दचकून जागा झाला आणि म्हणाला,

''ओ.''

"ऊठ मर्दा! बसून काय ऱ्हायलास? चल बाहेर."

"बाहेर कुठं?"

"हिरीकडं."

"हिरी? ही कोन बाई हाय?"

हे ऐकल्यावर पाटील पुन्हा गदगदा हसला आणि पुन्हा एकदा विमान कोसळले.

"अरे लेका, हिरी म्हणजे बाई न्हवं. विहिरीकडं."

"ते कशाला?"

"पानी भराय नगं का? चल ऊठ. येळ लावू नगंस."

पाटलाचे हे बोलणे ऐकून भगवानाला एकदम घामच आला. म्हणजे? आता आणखी पाणी भरायचे आहे काय? मग मात्र मेलो! आता काही या वाड्यातून आपण जिवंत बाहेर जात नाही. काय तिरपगड्या डोक्याचा आहे हा पाटील! पाव्हण्याला वागवायची ही काय रीत झाली?....

भगवाना मनात चिडला. पाटलाची मुलगी काय, पण तिचे नखही अजून त्याला दिसले नव्हते आणि त्याच्याकडून ओझ्याच्या गाढवासारखी हमाली मात्र भरपूर करून घेतली गेली होती... पण छे! थोडक्यासाठी सगळा घाट बिघडवून टाकणे बरे नव्हते.

न बोलता तो मुकाट्याने उठला आणि पाटलामागून गेला. थोडेसे पुढे चालून गेल्यावर पाटील एकदम थांबला आणि म्हणाला, "आ रा रा राऽऽ"

भगवाना एकदम घाबरून म्हणाला,

"आँ? आता काय झालं आणखी?"

"आरं लेका, तू गाडव हायेस!"

"कोन मी?"

"व्हय तूच. दुसरं कोन?"

"ते कशापायी?"

"आधी गाढव हायेस का न्हाईस ते सांग. मग मी सांगतो."

भगवानाने पाटलाच्या तामसी चेहऱ्याकडे एकदा बघितले, सभोवार जमू लागलेल्या माणसांकडे पाहिले आणि नम्रपणे आपण गाढव असल्याचे कबूल केले.

"अरे, पानी आननार ना तू?"

"व्हय."

"मग ते काय माझ्या धोतराच्या घोळातनं आननार, का तुझ्या इजारीच्या खिशातनं आननार? माठ आनायचा न्हायी येताना बरोबर?"

"खरं की हो पाटील."

"जा, घराकडं जाऊन घेऊन ये. माग आमच्या पोरीला, देतीय ती."

हे ऐकल्यावर भगवान तिथून जो धावत सुटला, तो थेट वाड्यात आला. त्याचे अंग कचकचत होते, पण त्यातल्या त्यात एवढे बरे होते की, पाटलाची मुलगी बघायला मिळणार होती. आपली मुलगी दाखविण्यासाठी मुद्दाम तर पाटलाने आपल्या घरी धाडले नसेल? या तऱ्हेवाईक लोकांचा काही नेम सांगवत नाही....

सोप्यापाशी आल्यावर त्याने ओरडून सांगितले,

''माठ मागितलाय हो पाटलांनी!''

पण आतून काही उत्तर आलं नाही.

थोडा वेळ थांबून मग आवाजाची पट्टी चढवून तो पुन्हा ओरडला,

''कोन हाय आत? पाटलांनी माठ मागितलाय.''

यालाही दोन मिनिटे झाली. पण आतून कुणी आलं नाही आणि गेलंही नाही. सगळीकडे शुकशुकाट दिसला. मग आत कुणी होतं का नव्हतं कोण जाणे!

शेवटी चिडून अंगातले सगळे अवसान तोंडात आणून आणि तोंड गाजरासारखे लाल करून त्याने किंकाळी फोडली,

''अरे कोण हाय आत?''

या वेळी त्याचा आवाज इतका शिगेला पोचला होता, की सगळा वाडा दणाणून गेला. झोपलेले कुत्रेही जागे होऊन जोरजोराने भुंकू लागले. मग आतून एक सतरा अठरा वर्षांची गोरटेली, उफाड्याचे नाक असलेली मुलगी डोक्यावर पदर घेऊन बाहेर आली. दारातच थांबून तिने भगवानाकडे टक लावून बघितले. मग भरड्या आवाजात ती म्हणाली,

''जरा मोठ्यानं तरी हाका मारीत जा की. आसं हळू बोललं म्हंजे कसं ऐकू यायचं आतल्या माणसाला? काय पाहिजे?''

म्हणजे हे बरे होते! गळ्याच्या शिरा तुटस्तंवर हा ओरडला होता आणि ही म्हणत होती, 'जरा मोठ्यानं बोलायचं का न्हायी' म्हणून. माणसं आहेत का भिताडं?....

पण राग गिळून भगवान म्हणाला,

''माठ पाहिजे.''

यावर पाटलाच्या मुलीने खेकसून विचारले,

''काय पाहिजे? नीट बोला की.''

''मा ऽ ऽ ऽ ऽ ऽ ठ'' खच्चून ओरडून भगवानाने सांगितले.

''आता एवढं वरडायला काय झालं? थांबा थोडं.''

असं म्हणून ती डुलत डुलत आत गेली आणि आतून एक पाट घेऊन बाहेर आली.

''हं, ह्यो घे पाट. कशाला पायजे?''

तिने पाट आणलेला बघून भगवानाने कपाळावर हात मारून घेतला. ही मुलगी बहिरी असली पाहिजे, अशी शंका त्याला पहिल्यांदाच आली होती. ती आता पक्की झाली. काय पण चुलत्याने नामांकित स्थळ हुडकून काढले होते! सासरा खवीस आणि बायको बहिरी! माठ आण म्हटले तर पाट आणणारी! वा! फक्कड बेत जमला!

"अवं पाट नव्हं, माठ." शेवटी मोठ्यानं ओरडून तो म्हणाला,

"पानी प्यायचा – पानी भरायचा. हां, त्यो पायजे."

"हां हां, असं म्हन की नीट."

असं म्हणून ती पुन्हा अस्वलासारखी डुलत डुलत आत गेली आणि पाण्याची चरवी घेऊन बाहेर आली.

"हं घे पानी, पी पोटभर."

आता मात्र भगवान अगदी हताश झाला. आपला तिरळा डोळा वटारून त्याने त्या बाईकडे बघितले. आता खाणाखुणा करून दाखविल्याशिवाय गत्यंतर नव्हते. मग त्याने तोंडे वेडीवाकडी केली. हाताचे साह्य घेऊन 'माठ' म्हणजे काय ते सांगितले आणि हात बोलवल्यासारखा झाडून 'माठ आणून दे' म्हणून सांगितले. टक लावून तिने त्याचे हात भाव बघितले आणि 'ई दोडा! चावनट मुडदा!' असे पुटपुटत ती तरातरा आत गेली.

तेवढ्यात पाच-सहा वर्षांची एक परकरी मुलगी आतून बाहेर आली आणि तिने माठ आणून दिला. सुटकेचा निःश्वास टाकीत भगवानाने माठ उचलला आणि बाहेरची वाट सुधारली.

विहिरीपाशी येऊन पोचेपर्यंत उजेड सरला होता आणि अंधार पडू लागला होता. वरवंट्यावर बसून पाटलाने चिलीम पेटवली आणि तिचे झुरके मारले. मग तो भगवानाला म्हणाला,

"जा की, पानी काढ. आता रातच्याला पुरंल एक माठ. उद्याचं उद्या बगू."

भगवाना मनात म्हणाला, 'कोन ऱ्हायला बसलंय उद्या तुझ्या हितं? पळणार ह्यो गडी आज रातच्याला...' पण हे तो मनातच म्हणाला. त्याने माठ उचलला आणि चाचपडत तो विहिरीच्या पायऱ्या उतरू लागला.

आता चांगलाच अंधार झाला होता आणि आतले अगदी अस्पष्ट दिसत होते. त्यातून विहिरीच्या पायऱ्या सरळ नव्हत्या. भिंतीलाच एक-एक ताशीव दगड बसवून अधांतरी पायऱ्या केलेल्या होत्या. शेवटच्या पायऱ्यांवर तर शेवाळे साचले होते. त्या मखमली पायरीवरून कसा पाय घसरला आणि कसे आपण धबकदिशी पडलो, ते भगवानाला कळलेही नाही! बडाबडा करून माठात पाणी भरले गेले आणि वजनदार झालेले ते भांडं गपदिशी पाण्याखाली गेले! भगवानाने प्रथम माठ

धरून ठेवायची शिकस्त केली. पण माठाबरोबर आपल्यालाही तळ बघावा लागेल, हे जेव्हा त्याच्या ध्यानी आले, तेव्हा त्याने मुकाट्याने त्याचा नाद सोडला आणि पोहत पोहत त्याने पायरी गाठली. एकदम पडल्यामुळे त्याच्या पोटाला चांगला मार बसला होता. त्याच्यावरून हात फिरवीत तो संभाळून वर आला आणि ओले कपडे पिळू लागला.

पाटील इतका वेळ त्याची गंमत बघत बसला होता. पोहून आलेले कुत्रे जसे अंग झटकते, तसे भगवानाने अंग झटकले आणि थरथरत तो कपडे पिळू लागला. ते बघून पाटलाने आश्चर्याने विचारले,

"आँ? आन माठ कुठं हाय रे?"

"पानी भरत ठेवलाय हिरीच्या तळाला!" भगवाना चिडून म्हणाला. आता त्याची सहनशक्ती खलास झाली होती. कारण त्याचे घड्याळ या दंगलीत पार फुटले होते.

"हात तुझी! कसला गडी रे तू शेरचा? एक पान्याची घागर भरायची, तर इकती तिरपिट? आन उद्या धा घागरी कशा भरणार तू?"

आता भगवानाचा चेहरा कावलेल्या मांजरासारखा झाला होता.

"अरे हॅट्! कोन भराय लागलंय पानी उद्या!"

पाटलाने आश्चर्याने त्या उद्धट माणसाला विचारले,

"म्हंजे? भरणार न्हायीस पानी तू उद्या?"

"हॅ हॅ! येडं का काय? मी काय गडी हाय काय तुमचा?"

"न्हायी तर मग काय – जावई हायेस का माजा?"

"व्हय, जावईच हाय! पर नगं, मला तुमची सोयरीक नगं आता!"

"च्या बायलीला सोयरिकीच्या! पोरगी तरी बघतलीस का माझी?"

"बघितली की, त्यो बहिरोबा न्हवं का?"

"बहिरोबा? अरं भडव्या! चल तुला बहिरोबाचं दर्शन घडवतो पुन्यादा."

असं म्हणून त्या बलदंड पाटलाने भगवानाचा दंड खसकन ओढला आणि त्याला रस्त्याने ओढीत चालवले. हा माणूस भ्रमिष्ट असला पाहिजे, अशी पाटलाची खात्री झाली, निदान याने नशापाणी तरी केले असले पाहिजे... एखाद्या महाराने मेलेले कुत्रे फरफटत न्यावे, त्याप्रमाणे त्याने भगवानाला नेले आणि केकाटत, कुरकुर करीत, कण्हतकुंथत भगवान त्याच्या मागून गेला. घरात पोचेपर्यंत पाटलाने त्याचा दंड सोडला नाही. वाटेने ज्या माणसांनी हे नाटक बघितले, तीही कुतूहलाने या दोघांमागून आली.

मग सोप्यात उभे राहून पाटलाने खणखणीत आवाजात हाक मारली –

"राजस –"

ही हाक ऐकल्यावर पाटलाची पाच-सहा वर्षांनी परकरी मुलगी उंबरठ्यावर येऊन उभी राहिली. मघाशी याच मुलीने माठ आणून दिला होता.

"ही बघितलीस का माजी पोरगी? पाच वर्साची हाय. हिलाच करून घ्यायला आलतास ना तू?"

मग राजसकडे वळून त्याने विचारले, "का गं? पसंत हाय का ह्यो नवरा तुला?"

"हि:! मला नगं ह्यो तिरळा नवरा." असे म्हणून पाटलाची लाडकी लेक आत पळून गेली. पाटील तीनमजली हसला. पाटील हसला, म्हणून बाकीची माणसेही बेताबेताने, दोनमजली हसली. कुणीतरी एकानं विचारलं,

"कुठनं आनला ह्यो भरमिट टाळक्याचा गडी?"

"भरमिट?" पाटील म्हणाला, "भरमिट नव्हं, निस्ता येडा हाय, येडा!... जा बाबा, जा आपल्या वाटेनं."

भगवाना मान खाली घालून बसला होता. आपल्याला त्या गुडघ्याएवढ्या पोरीनेही 'तिरळा' म्हणावे, याचे त्याला अत्यंत दु:ख वाटत होते. फुकट दिवसभर काम करून मुडदा पडला आपला. या पाटलाने आपली चेष्टा केली, का चुलत्याने बसल्याबसल्या हिसका दाखवला, त्याला काही कळेना! त्याची मिजास पार उतरून गेली होती. उघडाबंब झालेला, ओल्याचिंब कपड्यात बसलेला तो हडकुळा माणूस आता उतरल्या तोंडाने कोण काय बोलेल, ते मुकाट्याने ऐकून घेत होता. पाटलाने 'जा' म्हणून म्हणताच तो गुपचूप उठला आणि आपले कपडे उचलून निघाला.

तेवढ्यात मघाची ती बहिरी बाई उंबऱ्यापाशी येऊन उभी राहिली आणि तोंडावरून पदर घेऊन मुसमुसून रडू लागली.

आपल्या तरण्याताठ्या बायकोला रडताना बघून पाटील चकित झाला. म्हणाला,

"आँ, रडाय काय झालं तुला?"

यावर हुंदके देतदेतच भगवानाकडे हात करून ती म्हणाली,

"त्यो नव्हं का मुडदा –"

"काय केलं बाबानं आणखी?"

यावर पाटलाच्या लाडक्या बहिऱ्या बायकोने रडत रडत, हुंदके देत देत सांगितले की, या नवीन आलेल्या गड्याने वाड्यात कुणी नसताना एकटे येऊन काही तरी मागायचे सोंग केले आणि डोळ्याने, हातांनी तिला खाणाखुणा केल्या. आणखी पुष्कळ चावटपणा करायचा त्याचा विचार होता, पण तेवढ्यात राजस तिथे आल्यामुळे तो घाबरला आणि माठ उचलून पसार झाला.

हे ऐकल्यावर पाटलाने डोळे तांबडेलाल केले.

"अरे भाड्या!" तो ओरडून म्हणाला, "इतका हलकट हायेस का तू? थांब.

तसा सोडीन न्हायी आता तुला. तंगडंच मोडतो.''

आता मात्र भगवाना हबकला. मटकन खाली बसून गयावया करीत तो म्हणाला, ''अवं, मी न्हायी तसं करायचा. तुमची बायकूच बहिरी हाय.''

''न्हायी कसं?'' जमावातला एक जण पुढे सरसावून म्हणाला, ''पाटील, सकाळच्या पारी आपल्या सद्या न्हाव्याच्या बायकूला रस्त्यातच आडिवली यानं. गावात आल्या आल्या पयला दनका दिला रस्त्यातच.''

''आसं?''

''तर! मी तकडनंच चाललो हुतो. मला बघितल्यावर चपापला. मग पालिशी करतोय. 'पाटलाचा वाडा कुठं हाय' म्हणून! असा दम भरलाय मी त्येला!''

''आरं तिच्या!'' पाटील आश्चर्याने म्हणाला, ''मग न्हायी तसा सोडत ह्येला. चार दणके घालू का काठ्या ओढू पाठीत? काटी आन रे माजी.''

तेवढ्यात एकाने गळ्यात अडकविलेला गाडीचा चाबूक तत्परतेने पुढे केला. पाटलाने तो उचलला आणि भगवानाला असे चार-दोन तडाखे लगावले की, त्याने डोळे पांढरेच केले! पाटलांनी 'चांग भले' केल्यावर मग काय? बाकीच्यांनीही आपापले हात धुवून घेतले. त्याला लाथाबुक्यांनी चांगला चेचल्यावर मग त्यांनी त्याला सोडले. रडत ओरडत, कण्हतकुथत भगवाना उठला. हाताला लागले ते सामान त्याने उचलले आणि बाहेर धूम ठोकली. मग तो पुन्हा पळत पळत आत आला आणि सायकल घेऊन बाहेर पडला.

आता रस्त्यावर कुणी नव्हते. अंधार गुडुप पडला होता. दोन हातावरचेसुद्धा नीट दिसत नव्हते. रस्त्यावरून ठेचकाळत, धडपडत, सायकल सांभाळत भगवाना गाव सोडून रस्त्याला लागला. त्याचे सगळे अंग दुखत होते आणि पाठीची आग अजून थांबली नव्हती. लाथाबुक्यांनी शेकून निघालेले त्याचे अंग काळेनिळे झाले होते आणि 'अगं आई गं' असे कण्हतकुथत, लंगडत तो पुढे निघाला होता.

तेवढ्यात रस्त्याने कुणीतरी भराभरा येत असल्याची चाहूल त्याला लागली. त्याबरोबर तो थांबला.

दणकट अंगाचा, छाटन, पैरण, मुंडासे घातलेला एक गडी त्याच्या समोर आला. भगवानाला बघून तो थांबला आणि हाक मारून म्हणाला, ''गाव उजव्या अंगालाच हाय न्हवं?''

भगवानाने कष्टाने तोंडातून शब्द काढले, ''हां हां. कोणचं गाव?''

''फुरसुंगी – फुरसुंगी खुर्द.''

''खुर्द?''

''हां, खुर्दच पायजे. का बरं?''

भगवाना चकित झाला. मटकन खाली बसून तो म्हणाला,

"म्हंजे? फुरसुंगी दुसरी हाय का आनकी?"

तो नवा गडी आश्चर्याने त्याच्याकडे बघत राहिला.

"तर! तुम्हाला ठावं न्हाई का? फुरसुंगी बुद्रुक राहिलं त्या तिकडं दोन कोसावर. हे खुर्द हाय."

"आन माने पाटील कुठला?"

"त्यो बुद्रुकचा. का बरं?"

"काई न्हाई. उगीच आपलं इचारलं."

असं म्हणून भगवाना उठला. त्याने एकदम सायकलवर टांग टाकली आणि त्या दाट अंधारात तो दिसेनासा झाला.

□

भोजनभाऊ

वेगवेगळ्या धंद्यांतील माणसे दिसायला वेगवेगळी असतात. मला वाटते, प्रत्येक धंद्यासाठी परमेश्वराने शरीराचा वेगळा साचा बनविलेला असावा. काटकुळा, उंच, बारीक डोळ्यांचा आणि बावळट मुद्रेचा साचा हा कारकुनाचा हे उघड आहे. फार तर मास्तर. पण यापलीकडे नाही. थुलथुलीत अंग, गोबरे गाल, दोन हनुवट्या, नकटे नाक हे सगळे वर्णन कोणातरी गर्भश्रीमंताचे काहीही न करणारे चिरंजीव 'बाळासाहेब' या व्यक्तींचे हे काय सांगायला पाहिजे? असे अनेक साचे निदान माझ्या डोळ्यांसमोर तरी येत असतात. सहसा ते कधी चुकत नाहीत. भटजी म्हटल्यावर माझ्या डोळ्यांसमोर असेच चित्र येते. वाढलेली दाढी, काळेकुट्ट धोतर, गुंड्या नसलेला सदरा, प्रशस्त वळकट्या असलेले पोट, गरगरीत देह....

ही माझी कल्पना खरी असो अगर नसो, निदान आमचे दामूभटजी तरी तसे आहेत खरे! कदाचित त्यांना पाहूनच माझ्या मनात हे चित्र उभे राहिले असेल.

काही काही माणसे आयुष्यभर कधी बदलत नाहीत. ती शरीराने तर तशी राहतात, पण मनानंही तशीच राहतात. अगदी काळ्याकुळकुळीत पाषाणासारखी. कितीही पाणी वरून जाऊ द्या. डंक नाही. दामूभटजींना लहानपणी जसे मी पाहिले, तसेच पुढे कित्येक वर्षे पाहिले. लहानपणी ते जसे बोलत, तसेच आजही बोलतात. त्यांच्या आवडीचा विषय म्हणजे जेवण. त्याशिवाय दुसरी गोष्ट त्यांना माहीत असेल की नाही, मला शंकाच आहे.

श्राद्धाला, पारण्याला दामूभटजी जेवायला येत. एखादे वीरासन घालावे, त्याप्रमाणे मांडा ठोकून जेवायला बसत. पहिला भात, दुसरा भात असे करता करता

लाडू यायचे. दहावीस लाडू सहज गडप होत. मग आग्रहाचे दोनपाच. त्यानंतर मागचा भात. पोट एखाद्या फुटबॉलसारखे दिसू लागले, म्हणजे त्यांची मुद्रा चित्रातल्या देवतेसारखी प्रसन्न दिसायची. पोटावरून डावा हात फिरवीत अऽऽबाऽऽ अशी ढेकर दिली की, सगळी पंगत दणाणून जायची. जेवण उरकून पान खात बसली स्वारी, की अघळपघळ गप्पा सुरू व्हायच्या.

आम्हा पोरांना उद्देशून अण्णा म्हणायचे, ''कसलं लेको जेवता? पोट पाठीला भेटायला गेलेलं तसंच. या वयात किती खाल्लं पाहिजे महाराजा! नरड्यात नुसतं बोट घातल्यावर लाडू कसे गडबड वाजत राहिले पाहिजेत. हां!''

हे ऐकले म्हणजे आम्ही पोरं हसायला लागत असू. मग ते आमच्याकडे गमतीदार चेहरा करून पाहत पानाच्या शिरा काढीत असत. माझ्यासारखा एखादा फाजील चौकस बुद्धीचा मुलगा त्यांना विचारी,

''दामूअण्णा, तुम्ही आज किती लाडू खाल्ले?''

''कुणा लेकानं मोजलेत? मोजून खायला आम्ही शहरगावची माणसं थोडीच आहोत!''

''वीस लाडू?''

''अरे सहज!''

''बाप रे!''

''बापरे काय? एकदा बत्तीस लाडू खाल्ले होते मी. समजलास? अशीच लागली पैज –''

मग दामूभटजी त्या पैजेची रोमांचकारी हकिकत रसाळपणे वर्णन करून सांगत. कुठल्यातरी भटजींचे श्राद्ध होते. या भटजींनी जेवणात एकदा बत्तीस लाडू पचविले होते. त्याची आठवण म्हणून श्राद्धाला आलेल्या एका तरी भटजीने एवढे लाडू खाऊन कैलासवासी झालेल्या आत्म्यास पुन्हा एकदा शांती द्यावी, अशी यजमानांची इच्छा होती. बाकी कुणी तयार झाले नाही. अखेर एकटे दामूअण्णा उठले. उठले म्हणजे जेवायला सरसावूनच बसले. पंधरावीसपर्यंतचे लाडू त्यांचे नेहमीचे दोस्त. पुढे थोडे कठीण गेले. पण पंचविसाव्यापासून एकेक लाडूला पावली पावली दक्षिणा सुरू झाली. मग काय? पुन्हा अंगात उत्साह संचारला. अखेर बत्तिसावा लाडू संपला, तेव्हा मंडळींनी टाळ्यांचा गजर केला. दामूअण्णांनी पैज जिंकली.

कुणीतरी मोठ्या माणसाने म्हटले,

''कसे काय खाल्लेत एवढे लाडू तुम्ही, देव जाणे बुवा! बत्तीस म्हणजे कहर झाला देवा!''

लगेच दामूभटजी तेजस्वी वाणीने सांगत,

''अरे प्रॅक्टिस! प्रॅक्टिसने प्रॅक्टिस वाढते. काम कामाचा गुरू. पंचविसावा लाडू

असे वर्षानुवर्षे चालले.

या तीस-चाळीस वर्षांत केवढीतरी स्थित्यंतरे झाली. बाहेर केवढेतरी बदल झाले. एक प्रचंड महायुद्ध जगात होऊन गेले. स्वातंत्र्याची महान आंदोलने देशात घडली. समाजात केवढाल्या उलथापालथी झाल्या. समाज तळापासून ढवळून निघाला. कर्मकांडे कमी झाली. जातीपातीची बंधने पुष्कळच ढिली झाली. नाना गोष्टी झाल्या. पण दामूअण्णांच्या आयुष्याला या गोष्टीचा कधीच स्पर्श झाला नाही. यजमान, निमंत्रण, जेवणखाण, भात, लाडू, दक्षिणा यापलीकडे त्यांना कशाशीच कर्तव्य नव्हते. या सगळ्या गोष्टींचा जेवणखाणाशी काही संबंध आला, तर मात्र दामूअण्णा त्याविषयी आवेशाने बोलत. नेहरू पंतप्रधान झाल्यावर दामूअण्णांना बाकी काही विशेष वाटले नाही. "चैन झाली बेट्याची! आता काय, रोज शिरापुरी खाईल! एखाद्या दिवशी मलई खावीशी वाटली, तरी खाईल! त्याला कोण विचारणार आहे!" एवढेच उद्‌गार त्यांनी काढले. बाकी काही खोदून विचारले, तर 'आम्हाला त्यातले काय कळते आहे!' यापलीकडे भाषा नाही.

पंधरा-वीस वर्षे दामूभटजी असेच राहिलेले मी पाहिले; त्यात कसलाही बदल मला दिसला नाही. पुढे रेशनिंगचा काळ आला आणि दामूभटजींचे फार हाल झाले. लोकांना स्वत:च्या पोटापुरतेही अन्न मिळायची पंचाईत झाली. तिथे दुसऱ्याला जेवणे कोण घालतो? ब्राह्मणभोजने, सदावर्ते, लग्नातल्या पंक्ती, पारणी – दामूअण्णांचे एकेक बुरुज ढासळून पडू लागले आणि फार कठीण दिवस आले. त्यातून दामूअण्णा आणि त्यांचे पोट सगळ्यांच्या माहितीचे. पाच ब्राह्मणांचा स्वैपाक एकट्याने गट्ट करणाऱ्या या महाब्राह्मणाला बोलावतो कोण? दामूअण्णांना अधूनमधून फाके पडू लागले. काही दिवस पाहिले पाहिले आणि मग त्यांनी एक दिवस निराळीच युक्ती योजली. रोज सकाळी मंडईत जाऊन तपकीर ओढीत कट्ट्यावर बसायचे. समोरच केळीच्या पानांची एक-दोन दुकाने होती. कोण पानाचा बिंडा घेतो, इकडे बारीक लक्ष. पाचपन्नास पानांचा मोठा जुडगा एखाद्याने घेतलेला दिसला, की भटजी तपकीर धोतराला घाईघाईने पुशीत उठत. त्या माणसाच्या पाठीमागे जात. आपला पाठलाग होतो आहे, ही त्या बिचाऱ्याला काहीच कल्पना नसे. तो घर गाठी. भटजीबुवा पोट सावरीत सावरीत मागून येत. घर नीट न्याहाळून पाहत. काय प्रयोजन आहे, याची आपसात चौकशी करीत. मग पुन्हा मंडईतला कट्टा गाठायचा. आणखी एखादे भक्ष्य दृष्टीस पडले, तर हेरून ठेवायचे. दुपारचे बारा-साडेबारा झाले, माथ्यावर सूर्य आला की, पळीपंचपात्री घेऊन दामूअण्णा त्या घराच्या अंगणात बरोबर उभे!

कुणीतरी ओसरीवरून विचारी,

"का हो, काय काम आहे?"

भटजी दोन्ही हात जोडीत. चेहरा हसतमुख आणि नम्र.

"महाराज, आज आपल्याकडे बेत आहे –"

ओसरीवरच पाने मांडलेली असत. पाटरांगोळ्या चाललेल्या असत. वाढणाऱ्या बायकांची लगबग सुरू असे. त्यामुळे कुणाला काही म्हणता येत नसे.

"बरं मग?"

"नाही, ब्राह्मण अतिथी दाराशी आला आहे. भुकेलेला आहे. जेवायची इच्छा आहे आपल्या पंक्तीला बसून."

ऐन दुपारच्या वेळेला मंडळी जेवायला बसत असताना भुकेलेला ब्राह्मण आला, तर नाही कसे म्हणायचे? राग येवो, बरे वाटो, पण कुणी विरोध करू शकत नसे. 'या बसा' म्हणून त्याची संभावना होई. मग भटजी शांतपणे ओसरी चढत, पानाजवळ पळीपंचपात्री ठेवून मांडी घालून काहीतरी मंत्र पुटपुटल्यासारखे पुटपुटत राहत. जेवताना सावकाश, काळजीपूर्वक जेवत. लागेल ते मागून घेत. मेतकूट-चटणीपासून मुख्य पक्वान्नापर्यंत अनेक लहानसहान पदार्थांची चव ते मोठ्या रुचीने घेत. 'पातळ भाजी फक्कड झाली आहे –', 'पंचामृत अगदी नामांकित आहे', 'लाडू चांगला भाजला आहे' असे अभिप्राय गृहिणीजवळ नि:संकोचपणे व्यक्त करीत. आग्रहाची त्यांच्या बाबतीत गरजच नसे.

हे झाले अनोळख्या घरी. ओळखीचे घर असेल, तर मग प्रश्नच येत नसे. तिथे भटजी विनासंकोच येऊन थेट पाटावर बसत. पान वाढले की जेवत. विडा खाऊन यजमानांचा निरोप घेत. कुणी काही बोलत नसे.

मधली दहा-पाच वर्षे भटजींनी अशीच घालविली आणि मग भटजी हळूहळू म्हातारे झाले. त्यांची पाठ वाकली. पोटावर वळ्या पडल्या. दात पडले. पोटाच्या बारीकसारीक तक्रारी सुरू झाल्या. दामूअण्णांचे पोट थकले नाही, पण शरीर मात्र थकले.

मधली दहा-बारा वर्षे मी गावी नव्हतो. शहरगावी होतो. या काळात मी केव्हातरी मधून मधून घरी यायचो. त्याच वेळी घरात काही कार्य असले, की हमखास दामूअण्णांची आठवण येई. एखाद्या वेळी ते जेवायलाही येत आणि मग गप्पागोष्टी होत. पण अलीकडे मी त्यांना विसरून गेलो होतो. परवा सहज घरी पारणे झाले. घरची, नात्यातली दहा-वीस माणसे सगळी जेवायला होती. पाट मांडले होते, रांगोळ्या घातल्या होत्या आणि केळीच्या पानावर नाना जिन्नस वाढले होते. आम्ही सगळे जेवत होतो. माझ्या शेजारीच एक बारा-चौदा वर्षांचा ब्राह्मणाचा लंगोटीवाला पोरगा मांडी घालून जेवत होता. मध्येच त्याने द्रोणाखालची भाजी काढून खाल्ली. मला म्हणाला,

"बटाट्याची भाजी झोकात झालीय!"

इतक्या चवीने जेवणारा हा पोरगा पाहून मला आश्चर्य वाटले. निरखून पाहिले. लगेच शंका मनात आली. मी त्याला विचारले, "कुणाचा रे पोरगा तू?"

जेवणाकडे असलेले लक्ष यत्किंचितही न ढळू देता तो संथपणाने म्हणाला,

"दामूभटजींचा!"

"दामूभटजींचा! हां – दामूभटजी नाही आले जेवायला? खरं म्हणजे तेच यायचे!"

भजी तोंडात कोंबीत दामूभटजींचे चिरंजीव म्हणाले –

"नाही आले."

"का?"

"आम्ही पाठवत नाही त्यांना आता, कुठं काही असलं तरी!"

"कशासाठी?"

"उगाच म्हातारा किरकिर करतो. दात सगळे पडलेत. चावत नाही. पोट बिघडलंय. पण भरमसाट खातात अजून! मग रात्रभर विव्हळत असतात."

पोरगा निघून गेला, तरी माझ्या डोक्यात दामूभटजींचेच विचार घोळत होते. मी इकडेतिकडे विचारले. पोराने खरे तेच सांगितले होते. भटजींना आता काही सोसत नव्हते, चावत नव्हते. मधुमेहाने त्यांना पक्के घेरून ठेवले होते. वयोमानाप्रमाणे त्यांना त्रास होत होता, पण त्यांची जीभ तशीच तल्लख होती. म्हातारपणामुळे तिला आणखी बळ आले होते. काहीतरी गोड खायला मिळावे, म्हणून ते एकसारखे ओरडत, खेकसत. पण मधुमेहामुळे कुणी त्यांच्यावर दया करीत नव्हते. भटजींची उपासमार चालली होती.

ऐकले आणि थोडेसे वाईट वाटले. हे सगळे बरोबर आहे, असे वाटूनही मन चुकचुकले. केव्हातरी दामुअण्णांना भेटले पाहिजे, असे मनाशी ठरवून टाकले.

– आणि आश्चर्य असे, की त्याच दिवशी संध्याकाळी वाळवंटात भटजींची अचानक गाठ पडली.

संध्याकाळ संपत आली होती. अंधार पडू लागला होता. जड जेवणामुळे सुस्तावलेले अंग मोकळे करावे, म्हणून मी एकटाच फिरत होतो. आसपास माणसे फिरत होती. कुणी गप्पांचा अड्डा टाकला होता. चिवडेवाल्यांच्या आरोळ्या ऐकू येत होत्या आणि पोरे दंगामस्ती करीत पळत होती.

या गर्दीतून जरा बाजूला जावे, म्हणून मी झपाझपा पावले उचलली अन् एकदम म्हातारे दामूअण्णा दिसले. मऊसूत वाळूत पाय पसरून भटजी एकटेच उघडे बसले होते. त्यांची मुद्रा उदास होती. तोंडाचे बोळके झाले होते. कातडी सुरकुतलेली होती. शेजारीच फडक्याचे लहानसे गाठोडे बांधलेले होते.

चालता चालता थबकलो. जवळ जाऊन हाक मारली.

"काय दामूअण्णा, काय चाललंय?"

डोळ्यांवर हात ठेवून भटजींनी माझ्याकडे निरखून पाहिले. ओळख नसल्यासारखा त्यांचा चेहरा झाला.

"कोण?"

मी ओळख करून दिली, तेव्हा त्यांचा चेहरा खुलला.

"वा, वा! आता आलं लक्षात. तुमच्या घरी नेहमी जेवायचो ना आम्ही. फार छान होत असायचा स्वयंपाक! पारणं काय, श्रावणी शुक्रवार काय – वा वा! खीर काय, लाडू काय! हूं. गेले ते दिवस." भटजींनी सुस्कारा सोडला.

"काय, कसं काय चाललंय?"

"काही नाही – चाललंय आपलं झालं!"

"म्हणजे?" मी जवळच वाळूत बैठक मारली.

"काय हल्ली धर्म राहिलाय कुठं? जेवणीखाणी सगळी बंद. कुणी बोलवत नाही. आपणहून गेलो, तर कुणी 'बसा' म्हणत नाही. पोरंबाळं उर्मट झालीत. उपासमार करतात माझी. आपण ओरपतात बाहेर अन् मला उपदेश करतात. 'खाऊ नका, पोट बिघडेल. त्रास होईल!' हलकट लेकाचे!" भटजी तावातावाने बोलत होते. मला हसू येत होते आणि त्यांची कीवही येत होती.

"असं करू नये त्यांनी."

"करतात ना! अन् मी कुठे चाललो, तर बाहेर जाऊ देत नाहीत. अरे, आम्हालाही पोट आहे. एक जण बासुंदी खाऊन येतो, एक जण आंब्याचा रस हाणतो. ढेकरा देत माझ्यासमोर कार्टी घरी येतात. अरे, इकडे माझा जीव तडफडतो. पण विचारतो कोण आम्हाला?"

बराच वेळ दामूअण्णा पोटतिडकीने बोलत होते. मी शांतपणे ऐकत होतो. अधूनमधून होकार देत होतो. मान डोलावीत होतो. चिवडेवाला मोठमोठ्याने ओरडीत जवळपास हिंडत होता. भटजी त्याच्याकडे एकसारखे बघत होते आणि बोलत होते. मला ते कळत होते, पण तरीही मी तिकडे दुर्लक्ष करीत होतो.

अंधार आणखी वाढला, तसा मी उठलो. म्हटले, "बराय दामूअण्णा, जातो मी आता!"

मान हलवीत भटजींनी विचारले,

"काय अलीकडे नवलविशेष तुमच्याकडे? पारणंबिरणं आहे की नाही?"

"होईल ना. त्या वेळी बोलावणं पाठवतो तुम्हाला."

"विसरू नका."

"नाही, नाही."

"आम्हीही निघालोच. चला."

भटजीही हळूहळू उठले. जवळच ठेवलेले लहानसे गाठोडे त्यांनी उचलले. मला उगीचच कुतूहल वाटले.

"काय आहे दामूअण्णा यात?"

"काही नाही. वाळू."

दामूअण्णांनी गाठोडे पसरून दाखविले. खरोखर मऊसूत वाळू त्यात होती.

"वाळू कशाला?"

भटजी चालता चालता थांबले.

"सांगू कशाला?"

"सांगा." मीही थांबलो.

"काय सांगू दादा तुम्हाला? तुमचा विश्वास बसायचा नाही. तुम्ही म्हणाल काय वेड्यासारखं बोलतोय हा दामूअण्णा. पण देवाची शपथ घेऊन सांगतो. खोटं नाही –" आतडे पिळवटून दामूअण्णा बोलत होते.

"सांगा, माझा विश्वास आहे."

"जीभ मोठी शिंदळ आहे दादा. सारखं तिला गोड खावंसं वाटतं. काही गोड नसलं, तरी दुसरं काहीतरी निदान. पण आणू कुठून? डोकं भणभणतं. शेवटी ही वाळू तोंडात घालतो. बसतो चावत. तेवढंच बरं वाटतं."

कानाला काहीतरी भयंकर वाटले. क्षणभर मला काहीच सुचेना. भटजींच्या दीनवाण्या तोंडाकडे उगीच बघत राहिलो. मनात कालवाकालव झाली. शेवटी भटजींचे दोन्ही खांदे धरून त्यांना बळेच खाली बसविले. चिवडेवाल्याला हाक मारली आणि सांगितले,

"बाबा रे, त्यांना किती पाहिजे तेवढा चिवडा दे, पैसे मी देतो."

□

मृगया

शस्त्रविद्येचे शिक्षण पूर्ण झाल्यानंतर कोठेतरी सेवावृत्तीने राहावे, असे मी ठरविले. त्याप्रमाणे मी प्रयत्न केला आणि त्यास यश येऊन प्रासादातील महाराजांच्या रक्षकवर्गात माझी नियुक्ती झाली, त्यामुळे मला मोठाच हर्ष झाला. त्याची अनेक कारणे होती. एकतर प्रासादातील राजवैभव मी कधी डोळ्यांनी पाहिलेले नव्हते. आता त्याच्या सान्निध्यात राहावयास मिळणार होते. दुसरे कारण मृगयेचे. मला मनातून मृगयेची अत्यंत रुची असली, तरी ती प्रत्यक्ष करण्याची संधी कधीच प्राप्त झालेली नव्हती. आमचे महाराज मृगयेत विशेष कुशल होते, असे सर्व नगरवासियांत बोलले जाई. प्रतिवर्षी विजयादशमीच्या दिवशी महाराज वनात जाऊन मृगया करीत आणि मग राजपथावरून प्रचंड मिरवणुकीने ते प्रासादात प्रवेश करीत, हे मी पाहिले होते. तेव्हा त्यांच्या समीप राहिल्याने आपल्यालाही मृगयेची कला अवगत होईल, हीही इच्छा माझ्या मनात होतीच.

प्रासादातील एका प्रशस्त दालनात महाराजांनी आतापर्यंत मारलेले प्राणी गवत भरून ठेवलेले होते. त्यात वाघ होते, सिंह होते, अस्वले होती, फार काय एका प्रचंड हत्तीचेही धूड होते. मृग तर अनेक होते. ते प्राणी पाहून मला महाराजांविषयी विशेषच कौतुक वाटू लागले. आपणही असाच पराक्रम केला पाहिजे, असे मी मनाशी ठरवून टाकले.

एके दिवशी या प्रदर्शनातून मी हिंडत असताना अकस्मात महाराजांची मूर्ती या ठिकाणी प्रकट झाली. मी मोठ्या नम्रतेने अभिवादन केले. महाराजांच्या पाठोपाठ एक सेवक होता. त्याच्या हातात मोठे तबक असून त्यांत विविध प्रकारची फळे होती.

आसनावर बसून फळे खात खात महाराजांनी माझ्याबद्दल पृच्छा केली. मग ते म्हणाले,

''विजयसेन – का सेनाविजय, काय म्हणालास तुझे नाव?''

''विजयसेन, महाराज.'' मी म्हटले.

''जे काही असेल ते असो. तू मृगया कधी पाहिली आहेस?''

''कोठून पाहणार महाराज?''

''हात मूर्खा! साधी मृगया तुला येत नाही अन् तू आमचा सेवक रे कसा?''
मी काही बोललो नाही.

''अन् युद्धात कसे करशील?''

''शस्त्रविद्येचे माझे शिक्षण झाले आहे. महाराज, युद्धात मी खात्रीने पराक्रम करेन.''

''एकदम युद्धात प्रवेश करणे तितकेसे सोपे नाही. तेथे माणसे मारावी लागतात.'' महाराज तोंड हलवीत बोलले, ''अलीकडे बऱ्याच वर्षांत लेकाचे युद्धच झाले नाही. नाहीतर आम्ही खूप माणसे ठार करून दाखविली असती.''

मी नुसतीच मान हलवली.

''उद्या आम्ही मृगयेस जाणार आहोत. आम्ही कशी मृगया करतो, ते तुला पाहायचे आहे?'' महाराजांनी मुद्रा एकाएकी भीषण केली. डोळे फिरवले. ''पण नको. तू भिऊन जाशील.''

''नाही महाराज.'' मी उत्सुकतेने म्हटले, ''मला खरोखरच मृगयेची इच्छा आहे. तुम्ही मला आपल्याबरोबर न्याच.''

''ठीक आहे. उद्या विजयादशमी आहे. चल आमच्याबरोबर. तुलाही बरेचसे शिकावयास मिळेल. आमचे कौशल्य कळून येईल.''

''होय महाराज.''

''प्रतिवर्षी आम्ही या दिवशी मृगयेला जातो.'' समोर ठेवलेला फळांचा ढिगारा कमी करीत महाराज अर्धस्फुट स्वरात बोलले, ''प्रचंड पराक्रम करून परत येतो. गेल्या वर्षी आम्ही काय केले ठाऊक आहे तुला?''

''काय?''

''वनराज सिंह – एकदम खलास! हा पाहा तो.''

महाराजांनी सिंहाकडे बोट दाखविले. मला मोठे आश्चर्य वाटले. आमच्या या सबंध राज्यात सिंहाचे वसतिस्थान कोठेच नव्हते आणि महाराज आपले राज्य सोडून बाहेर कोठे मृगयेसाठी गेल्याचे कधी ऐकिवात नव्हते. मग महाराजांनी सिंह मारला तरी कसा? एखादा चुकून भटकत भटकत आला म्हणावे की काय?

मी माझी शंका महाराजांना बोलून दाखविली, तेव्हा ते प्रथम गोंधळून गेलेले

दिसले. नंतर त्यांचे मुख एकाएकी क्रुद्ध झाले. इतके, की समोरच्या आम्रफलांची संख्या त्यांनी त्वरेने शून्यावर आणून ठेवली.

"ते आपल्याला काय करायचे आहे? तो सिंहाचा प्रश्न आहे. अमात्यांनी वार्ता आणली. आम्ही गेलो. एका घावात दोन तुकडे. परत आलो. आता काय तुझे म्हणणे आहे बोल."

जास्ती काही विचारण्याची सोय नव्हती. एखाद्या वेळी आपलेच दोन तुकडे व्हायचे. त्यापेक्षा 'हो' ला 'हो' म्हणावे हे बरे. अनुभवाने एवढे मला कळू लागले होते.

"मग आपले शौर्य म्हणजे –"

"विलक्षण प्रशंसनीय." महाराज मधेच बोलले, "सध्या तरी आम्हांस तोड नाही. हो, पुढे कोणी निघाल्यास सांगवत नाही. पण कठीणच."

"होय महाराज, हे मात्र खरे."

"घे, ही फळे घे."

महाराजांच्या समवेत मीही थोडी फळे खाल्ली. अशी स्वादिष्ट आणि रसाळ फळे होती, की माझे मन एकदम प्रसन्न होऊन गेले. मुख सुगंधमय झाले. खाता खाता महाराजांनी स्वत: केलेल्या मृगयेच्या अनेक कथा मला सांगितल्या आणि मीही त्या अगदी मन लावून ऐकल्या. त्यावरून मला कित्येक नवीन गोष्टी कळल्या. महाराजांचे पहिले वैशिष्ट्य हे होते, की ते मृगया एकट्याने करीत. बरोबर प्रचंड सेना नेणे म्हणजे 'मृगया' या शब्दाची विटंबना होय, असे त्यांचे मत होते. अरण्यात पाऊल टाकल्यावर ते फक्त इतरांकडून प्राण्यांचा माग काढून घेत. नंतर हातात खड्ग घेऊन एकटे पायी संचार करीत. आपले लक्ष्य बरोबर शोधून केवळ हातातील शस्त्रांच्या साह्याने त्याची मृगया करीत. चार-दोन क्षणांत ते त्या दुर्दैवी प्राण्याला यमसदनाला पाठवीत. गेली कित्येक वर्षे हा त्यांचा उपक्रम चालू आहे. एकदा तर हत्तीच्या गंडस्थळावर चढून त्यांनी त्याला ठार केले. सिंह तर त्यांनी इतका छिन्नविच्छिन्न करून टाकला, की मागाहून कोणाला तो ओळखताही येईना. पण सर्वात मौज म्हणजे अस्वलाची. महाराजांच्या हातात त्या वेळी शस्त्र नव्हते. सहज पाय मोकळे करण्यासाठी संचार करीत असताना एकाएकी एक काळेकभिन्न अस्वल त्यांच्या अंगावर धावून आले. त्याने विळखाच घातला. मोठा कठीण प्रसंग! हातात खड्ग नाही आणि प्रत्यक्ष मृत्यूनेच मिठी मारलेली. पण महाराज डगमगले नाहीत. त्यांनी आपल्या दोन्ही हातांनी अस्वलालाच गुदगुल्या करायला प्रारंभ केला. एवढा तो हिंस्त्र प्राणी, पण महाराजांच्या गुदगुल्यांनी अगदी जेरीस आला. एकसारखा खदाखदा हसू लाागला. महाराज जसजसे गुदगुल्या करीत, तसतसा चेकाळून तो हसायचा. हसता हसता टणाटण उड्या मारायचा. शेवटी हसण्याची परमावधी

होऊन त्याने डोळे पांढरे केले आणि राम म्हटला. तेव्हापासून सगळ्या अस्वलांनी महाराजांची विलक्षण दहशत घेतली आहे. महाराज अरण्यात घुसले, की आता एकही अस्वल त्यांच्या समोर येत नाही. सगळे भिऊन कोठल्या कोठे पसार होतात.

ही कथा सांगून झाल्यावर महाराज अंमळ थांबले. त्यांच्या कपाळावर घर्मबिंदू साठलेले दिसले. त्यांचे हात आणि पायही आवेशाने थरथरत होते. पुढे आलेल्या त्यांच्या पोटालाही हा आवेश चढला असावा. कारण तेही बिचारे इतर अवयवांबरोबर थरथरत होते. फार काय, महाराजांच्या गुच्छासारख्या दिसणाऱ्या मिशाही एका लयीत हलत होत्या.

मी मान डोलावली.

"विलक्षण, विलक्षण! महाराज, अस्वलाला तुम्ही केवळ गुदगुल्या करून ठार मारले म्हणजे अगदी सीमाच झाली.''

महाराज खो-खो हसले.

"ऊं:! हे काहीच नाही. एकदा तर आम्ही वाघालाच या पद्धतीने ठार मारणार होतो –''

"या पद्धतीने म्हणजे? गुदगुल्या करून?''

"मूर्ख आहेस! वाघ कधी असल्या गुदगुल्यांनी मरतो वाटते?''

"न – नाही महाराज.'' मी गडबडीने चूक मान्य केली.

"मृगयेची ही एक नवीनच रीत आम्ही शोधून काढली.''

"कोणती बरे?''

"ज्याचे शस्त्र त्याच्यावर उलटावायचे. अस्वलाला कसे गुदगुल्या करून ठार केले तसे.''

"मग वाघाला –''

"त्यासाठीर मुद्दाम आम्ही नखे वाढवली होती. एकदम वाघावर झेप घ्यायची आणि नखांनी, दातांनी वाघाला फाडून काढायचे.''

"बापरे! –''

"मग! उगीच नाही अमात्यांनी आम्हाला 'मृगयाधिपती' अशी पदवी दिली. वाघच लेकाचा त्या वेळी सापडला नाही म्हणून. नाहीतर –''

मी महाराजांच्याकडे नीट निरखून पाहिले. त्यांचे दात नाहीतरी सुळ्यांसारखे दिसतच होते. सारखे खात राहण्याच्या अभ्यासाने या सुळ्यांना विलक्षण धारही चढलेली असावी. त्यातून त्यांनी नखाग्रे वाढविल्यावर कसे दिसतील? महाराजांचा जबडा वाघापेक्षाही रुंद होता. त्यामुळे या भयंकर प्राण्यापेक्षाही हे भयंकर दिसत असतील, असे मला वाटले. महाराजांनी खरोखर वाघावर आक्रमण केले असते, तर वाघाची काही प्रतिकार करण्याची छाती झाली नसती.

मी असा विचार करीत होतो, तोपर्यंत महाराजांनी आपल्या पुढ्यातले आणखी एक मिष्टान्नाचे ताट संपविले होते आणि एका सुवर्णशलाकेने ते दंतपंक्ती कोरीत होते. त्यांचे नेत्र हळूहळू मिटत होते.

थोड्या वेळाने ते एकदम दचकून जागे झाले. डोके झाडून म्हणाले,

"अं? काय ठरले? उद्या येणार ना मृगयेला?"

महाराजांच्या मृगयेविषयी मला बरेच कुतूहल वाटू लागले होते. म्हणून मी लगेच त्यांच्या पृच्छेला होकार दिला.

"होय महाराज. एकदा आपला पराक्रम डोळ्यांनी पाहून धन्य व्हावे, अशी इच्छा आहे."

"उत्तम. मग असाच अमात्याकडे जा. त्यांना म्हणावं, आमच्या मृगयेची सिद्धता करा. उद्या सकाळीच आम्ही निघू म्हणावं. संध्याकाळी परत."

"होय महाराज."

"आणि हे पाहा, उद्या कोणत्या प्राण्याची मृगया करायची, तेही सांगून ठेवा म्हणावं. म्हणजे मला रात्री त्यावर चिंतन करता येईल."

मी चकित होऊन उभा राहिलो.

"म्हणजे? हेही पण ठरलेले असते वाटते?"

"अर्थात. सगळे कसे योजनाबद्ध पाहिजे, असे अमात्यांचे मत आहे. आमच्या मृगयेचा सगळा कार्यक्रम तेच ठरवितात. फार बुद्धिमान पुरुष बोवा!"

अधिक काही पृच्छा न करता मी तेथून निघालो. प्रासादाच्या ज्या भागात अमात्य बसत असत, तेथे येऊन पोचलो. अमात्य फार घाईत होते, तरी त्यांनी माझी त्वरित भेट घेतली. मला पाहिल्यावर ते गंभीर मुद्रेने म्हणाले,

"महाराजांना म्हणावं, उद्याच्या मृगयेची सर्व सिद्धता आहे."

मी आश्चर्याने त्यांच्याकडे पाहतच राहिलो.

"आपल्याला कसे कळले मी त्यासाठी आलो म्हणून?"

खाली मान घालून अमात्य कागदपत्र चाळीत होते. माझ्याकडे न बघताच ते म्हणाले,

"त्यात कळायचंय काय! उद्या विजयादशमी. उद्याची मृगया ठरलेलीच असते. इथल्या राजवंशातला तो नियमच आहे. आता तू दुसऱ्या कोणत्या कामासाठी येणार?"

"बरे, महाराजांनी आणखी विचारले आहे –"

"काय?"

"उद्या कोणाची मृगया करायची?"

"हो, ते सांगायचे राहिलेच –" अमात्यांनी वर मान केली. माझ्याकडे रोखून पाहिले. "परवाच मंत्रिमंडळाची बैठक झाली. महाराजांना म्हणावं, एकमतानं आम्ही

निर्णय केला आहे. या वर्षी आपण वाघाचीच मृगया करावी. समजले?''

अमात्यांच्या दृष्टीत छद्मीपणा असल्याचा मला भास झाला. नेमके काही कळले नाही. कारण त्यांनी पुन्हा आपले मस्तक कागदपत्रात खुपसले.

मी म्हटले, ''संध्याकाळी परत येऊ, असे महाराज म्हणले आहेत.''

''निश्चित. संध्याकाळी मृगयेतील विजयाबद्दल येथे मिरवणूकच ठरली आहे. तिला ते वेळेवर आलेच पाहिजेत.''

मला काही नीटसे कळले नाही. गोंधळून जाऊन मी तसाच उभा राहिलो. मृगया निश्चित. ती व्याघ्रराजाची करायची हे निश्चित. तिच्यातील विजयही निश्चित. हा आहे काय प्रकार? अमात्यांना मी नम्रपणे विचारले, तेव्हा ते म्हणाले,

''अरे, त्यात काय विशेष आहे? आपले महाराज मृगया करण्यात फार कुशल आहेत. त्यांना असा कितीसा वेळ लागणार एक वाघ मारायला?''

''होय. मघाशीच त्यांनी मला अनेक कथा सांगितल्या.''

''ते त्यांचे कौशल्य तुला प्रत्यक्ष दिसेलच. आणखी काही?''

''काही नाही.''

''ठीक आहे.''

ही मला जाण्याची सूचना होती. आमात्यांचा निरोप घेऊन परत आलो. सर्व निरोप महाराजांना सांगितला. मृगयेसाठी काही वस्त्रे निवडली. शस्त्रागारात जाऊन काही विशेष शस्त्रे पारखून घेतली. तोपर्यंत रात्र झालीच. प्रात:काली लवकर निघायचे, म्हणून लवकरच शय्येवर अंग टाकले.

प्रात:काल होऊन सूर्योदय होईपर्यंत मी मृगयेची वस्त्रे चढवून सिद्ध झालो होतो. तथापि, प्रत्यक्ष नगरीबाहेर पडेपर्यंत बराच उशीर लागला. कारण महाराजांची सिद्धता व्हायला बराच वेळ लागला. तिघाचौघांनी मिळून त्यांच्या अंगावर वस्त्रे चढविली. तोपर्यंत महाराजांचा सकाळचा आहार एकसारखा चालला होता. प्रथम त्यांनी लाडू खाल्ले. नंतर दूध पिऊन, फलाहार केला. मग तोंडाला चव यावी, म्हणून काही सुकी फळे तोंडात टाकली. त्याचा परिणाम असा झाला की, आधी चढविलेली वस्त्रे फारच दाटून तंग बसली. त्यामुळे महाराज इतके संतप्त झाले, की मृगयेचा कार्यक्रम आता या ठिकाणीच पार पडतो की काय, अशी भीती मला वाटू लागली. अखेर दोन-तीन तास या प्रकारात मोडल्यानंतर एकदाची सर्व सिद्धता पूर्ण झाली आणि अश्वारूढ होऊन आम्ही निघालो. सर्वात पुढे महाराज; त्यांच्या मागोमाग मी आणि इतर सेवक. काही सेवकांच्या हातात मृगयेची विविध शस्त्रे होती. बाकी बहुतेकांच्या हातात निरनिराळ्या खाद्यपदार्थांची भरलेली ताटे होती. त्यापाठोपाठ सैनिकांची एक तुकडी होती.

सैनिक पाहून आश्चर्य वाटले. मृगयेला तर आपण एकटेच जातो, असे महाराज म्हणाले होते. मग हे एवढे पन्नाससाठ सैनिक कशाला?

राहवेना म्हणून मी घोड्याची गती वाढविली. महाराजांना समांतर होऊन विचारले, "महाराज, हे एवढे लोक कशासाठी?"

महाराज खिशातून अक्रोड काढून ते खात होते. त्यांचे तोंड भरलेले होते. त्यांनी बराच वेळ माझ्या प्रश्नाचे उत्तर दिले नाही.

मग तोंड मोकळे करून ते म्हणाले, "काय म्हणालास?"

"नाही, हे एवढे सैनिक कशाला विचारले मी."

"लाडू ना? अरे, तेवढे लागणारच. सबंध दिवस जाणार मृगयेत. तरी बेतानेच घेतले आहेत."

"लाडू नव्हे! –"

"फळे? – हां हां, ती मुखशुद्धीसाठी. फक्त दोनच ताटे घेतली आहेत."

"फळे नव्हेत, सैनिक म्हणतो मी."

महाराजांनी समजल्यासारखी मान हलवली.

"हां हां, ते आपले उगीच शोभेला. अमात्य म्हणतात म्हणून. मृगया मात्र आपण एकट्यानेच करायची बरे का."

"पण वाघाची वार्ता आणायची काम –"

"हां हां, तशी काही थोडीशी कामे करतात हे लोक."

"मग ठीक."

हळूहळू राजपथ संपला. नगरी मागे पडली. सूर्य चांगला मध्यावर आला आणि मग आम्ही महाराजांच्या विशेष वनात प्रवेश केला. वन चांगले दाट वृक्षांनी, लता-वेलींनी भरलेले होते. आत गडद सावली होती. वेड्यावाकड्या वाटा इकडे तिकडे गेलेल्या होत्या. मधेच खाचखळगे होते. त्यातून जावे लागल्यामुळे आमच्या अश्वांची गती साहजिकच कमी झाली. शिवाय वृक्षांच्या सपर्ण शाखा एकसारख्या तोंडावर येऊ लागल्या. त्यामुळे आम्ही धीरेधीरे चाललो.

हळूहळू आम्ही अरण्यगर्भात येऊन पोचलो.

सगळे जण थांबले. महाराजांनी सैनिकांच्या प्रमुखास बोलावून घेतले आणि सांगितले, "हे पाहा धनसेन, आता आमची मृगया सुरू होईल."

धनसेनाने नम्रपणे अभिवादन केले.

"होय महाराज."

"तुम्ही आपले सैनिक घेऊन सर्व दिशांना जा. आज वाघाची मृगया आहे. त्याची वार्ता आणा."

"अगदी बरोबर आणतो महाराज. आपण उपाहार करावा. तोपर्यंत एका घटकेत

वाघाची वार्ता आणतो.''

''वाहवा! मग पुढे काय करशील?''

''काय करू महाराज?''

''त्याला असेच इकडे ढकलीत आणा. आता आणखीन लांब जायचा आम्हाला कंटाळा आला बोवा!''

''ढकलीत?'' माझ्या तोंडातून शब्द गेले.

धनसेनाने माझ्याकडे वक्र दृष्टीने पाहिले. मी एकदम लज्जित झालो.

''ढकलीत म्हणजे काय? हुसकून लावून आणायचे. मृगयेत असेच असते. आपण अगदी अनभिज्ञ दिसता या शास्त्रात!'' त्याने विचारले.

''होय, मी आज प्रथमच येतो आहे.'' मी म्हणालो.

''मग शिका महाराजांपासून काही गोष्टी.''

असे म्हणून त्याने आपला अश्व वळवला आणि सैनिकांना बरोबर घेऊन तो दाट झाडीत नाहीसा झाला.

महाराज खाली उतरले. सेवकांनी त्यांच्यासाठी एका वृक्षाच्या छायेत मऊ, सुखकर आसनाची योजना केली. त्यावर बसून त्यांनी हुशहुश केले. घटकाभर लोळण घेतली. मग उठून त्यांनी खाद्यपदार्थांची ताटे मागवली. त्यावर बराच वेळ घालविला. आम्हीही जवळपास बसून थोडेसे खाल्ले.

थोड्या वेळाने महाराजांना चांगली झोप लागली. ते जोरजोराने घोरू लागले.

आता टळटळीत दुपार झाली होती. दाट सावलीमुळे उन्हाची तीव्रता जाणवत नव्हती हे खरे; पण तरी वृक्षांच्या फटीतून सूर्यकिरणांचे बाण कोठे कोठे भुईला येऊन भिडले होते. पश्चिमेच्या दिशेने सरकत होते. भराभर वेळ चालला होता आणि बसून बसून मला कंटाळा आल्यासारखे झाले होते. महाराजांचा इतर सेवकवर्ग स्वच्छंदपणे इकडे तिकडे संचार करीत होता. मी एकटाच महाराजांच्या समीप होतो.

एकाएकी जवळपासच्या झुडपात खसखस झाली. त्यापाठोपाठ एक मोठी आरोळी ऐकू आली.

मी दचकून सावध झालो. कान टवकारले. लक्ष देऊन इकडे तिकडे पाहिले. तेवढ्यात महाराजही जागे झाले. उठून बसून जांभई देत ते म्हणाले,

''काय रे, काय प्रकार आहे?''

''वाघ तर नव्हे?'' मी शस्त्र सरसावले.

''छे: छे:! वाघ कुठला एकदम येईल इथे?'' महाराजांनी आपल्या भृकुटी वर चढविल्या. ''आधी धनसेन येऊन वर्दी देईल. इतर सैनिक येतील. मग वाघ येईल. तुला अगदीच काही कळत नाही बुवा!''

यावर मी काही उत्तर देणार होतो, पण तेवढ्यात एक प्रचंड वराह धावत

येताना दिसला. मी गडबडीने उठून उभा राहिलो. ओरडलो,

"महाराज, महाराज, वराह–"

"काय वराह?" असे म्हणून महाराज ताड्दिशी उठून उभे राहिले. एक उंच उडी घेऊन त्यांनी वृक्षाची डोक्यावरची फांदी पकडली आणि तिला ते लोंबकळले.

फांदीवर नीट बसून महाराज ओरडले,

"कोठे आहे तो दुष्ट वराह?"

हे सगळे होईपर्यंत त्या प्रचंड वराहाने वाटेतील झाडेझुडपे मोठ्या वेगाने ओलांडली आणि थेट माझ्याकडेच आपला मोर्चा वळविला. तो दृष्टीच्या टप्प्यात आल्याबरोबर मी कमरेचे खड्ग उपसले आणि पवित्रा घेतला. त्याची ती विस्तीर्ण काळी कुळकुळीत पाठ, तीक्ष्ण सुळे, क्रूर दृष्टी पाहून क्षणमात्र माझे चित्त विचलित झाले. पण दुसऱ्याच क्षणी माझ्या अंगात विलक्षण बळ आले. वराहाने माझ्याकडे वेगाने मुसंडी मारल्या. बरोबर मी झटकन बाजूला झालो. खड्गाचा प्रहार केला, पण तो निसटताच लागला.

तेवढ्यात महाराज वरून म्हणाले,

"हां, हाण. कर प्रहार. सोडू नकोस. आज हा पहिला धडा मृगयेचा. समजले?"

त्यांच्याकडे पाहायलाही मला अवधी नव्हता. घायाळ झालेल्या त्या वराहाने पुन्हा माझ्यावर चाल केली. मीही प्रतिहल्ला केला. त्याच्या पाठीवर जोराचा घाव बसला आणि रक्ताची चिळकांडी उडाली. त्यामुळे चिडलेल्या त्या हिंस्त्र प्राण्याने एकामागोमाग एक सतत हल्ले चालविले. तेव्हा मीही त्वेषाने आक्रमक पवित्रे घेऊन प्रहार केले. अखेर मानेवर एक तीव्र प्रहार करून मी त्याला लोळवले. पण तत्पूर्वी त्याने एक विलक्षण धडक घेतली. ती मी चुकवली. त्यामुळे थेट त्या वृक्षाच्या बुंध्यालाच त्याची ती धडक बसली. अशी विलक्षण बसली, की तो वृक्षही हादरला. त्याच्या सगळ्या शाखा वरखाली झाल्या. महाराज बसले होते, ती फांदी तर फारच हलत राहिली. एकसारखी थरथर कापत राहिली.

अखेर त्या भयंकर प्राण्याचे मस्तक फुटले. सतत प्रहारांनी घायाळ झालेले ते धूड भूमीवर कोसळले. शेवटचे आचके देऊ लागले. हातपाय हलवू लागले.

हलणाऱ्या फांदीवरून शब्द आले, "काय झाले विजयसेन?"

घामाने डबडबलेले तोंड पुसून हाशहुश करीत मी म्हटले, "मेला अखेरीस वराह!"

"निश्चित?"

"अगदी निश्चित."

"पाहा हं नीट. हे हिंस्त्र प्राणी मोठे विचित्र असतात." महाराज आपले आसन न सोडता वरूनच बाणेदारपणे बोलले, "आपल्याला वाटते, ते मेलेले आहे आणि

नसतात लेकाचे मेलेले. मला नेहमीचा अनुभव आहे.''

''नाही, मेला.'' मी म्हटले.

''पाहा बरे खात्री करून.''

माझी खात्री होती. पण महाराजांच्या शब्दासाठी मी पुन्हा जवळ जाऊन पाहिले. पुन्हा त्यांना तेच सांगितले, मग महाराजांनी फांदीवरून खाली उडी घेतली. खप्दिशी आवाज झाला. मी चमकून मागे वळून पाहिले. महाराज काही क्षण भूमीशी समांतर झालेले दिसले. वराहाप्रमाणे त्यांचेही मुखमंडल धुळीत लोळले. हातपाय हलले. नुसते पायच वर उचलले गेले आणि खाली आले. असा प्रकार एक-दोन वेळा झाल्यावर ते भराभर उठून उभे राहिले आणि वस्त्रावरची धूळ झटकीत, माझ्याकडे रोखून पाहत त्यांनी विचारले,

''काय? कशी सफाईने उडी घेतली की नाही मी?''

मी मान डोलावली.

''अर्थात! अशी उडी मला नाही जमणार महाराज.''

''त्याला सराव लागतो.''

''अगदी खरे.''

''आता हा वराह मारायलासुद्धा तुला फार प्रयास पडले.'' महाराजांनी वराहाकडे क्रूर दृष्टीने पाहिले. ''किती प्रहार वाया घालविलेस! त्यापेक्षा असे करायचे –''

''कसे महाराज?''

''एका हातात एक काठी घ्यायची अन् दुसऱ्या हातात शस्त्र. वराह अंगावर आला की त्याच्या तोंडात काठी खुपसायची. झाले तोंड बंद? की लगेच वर मानेवर प्रहार. एका झटक्यात मुंडके उडवायचे.''

''खरेच, हे माझ्या लक्षात आले नाही.''

बोलता बोलता महाराजांनी कमरेचे शस्त्र उपसले, ते हातात धरून त्यांनी संतप्त मुद्रेने वराहावर चाल केली. अजून तो प्राणी अंत:काळची तडफड करीतच होता. पाऊल सावकाशपणे आणि धूर्तपणे टाकीत टाकीत महाराज त्या वराहाच्या अगदी समीप येऊन ठेपले. थोडा वेळ त्यांनी अगदी सूक्ष्मपणे पाहणी केली. मग एकाएकी त्वेषाने उडी घेऊन त्यांनी त्या वराहावर जोराचे प्रहार केले. तो आधीच मेलेला प्राणी अगदी छिन्नविच्छिन्न करून टाकला.

अखेर 'हुश्श' करून त्यांनी प्रहार थांबविले.

''चला, संशयनिवृत्ती केली. पुन्हा प्रश्न नको.''

''होय महाराज.''

''अरे, घायाळ झालेला प्राणी मारणेच फार धोक्याचे असते. लक्षात ठेव.''

''होय महाराज.''

''मी मनात म्हटले होते की, आपणच हा वराह मारून टाकावा. तुला मौज

दाखवावी. पण तुला पुन्हा अशी संधी कोठून मिळणार?''

''आपल्या कृपेनेच ती मिळाली!'' मी मान हलवली.

''म्हटले, तुला साह्य करण्याची बुद्धीदेखील व्हायला नको. म्हणून मुद्दाम उंच वृक्षशाखेवर जाऊन बसलो.''

''ते तर आपण फारच उत्तम केलेत!''

''तरी पण अखेरचे प्रहार आम्हाला करावेच लागले, हे तुझ्या लक्षात आले ना?''

''तर! त्याशिवाय एवढा प्रचंड वराह मरणार कुठून?''

एवढा संवाद झाल्यावर महाराज प्रसन्न झाले. त्यांच्या मुद्रेवर दैवी हास्य पसरले.

''आता आम्ही या वृक्षाआड जाऊन थोडीशी वस्त्रे बदलतो. तोपर्यंत इथेच थांब.''

''वस्त्रे बदलता?'' मी जिज्ञासेने विचारले.

''होय.''

''ती कशाला?''

महाराज क्षणभर गोंधळल्यासारखे दिसले.

''अं... झाडावर बसून ती जरा मलीन झाली आहेत.''

महाराजांच्या वस्त्रावरून नकळत माझी दृष्टी फिरली. मलीनतेचे चिन्ह कोठेच आढळले नाही. तथापि, जास्ती पृच्छा न करता मी नम्रतेने मान हलविली. महाराज डुलत डुलत एका वृक्षाआड गेले आणि दिसेनासे झाले. थोड्या वेळाने बाहेर आले, तोपर्यंत इकडेतिकडे गेलेला सेवकवर्ग हळूहळू गोळा झाला. मेलेला वराह पाहून त्यांनी महाराजांचा जयजयकार केला.

वृक्षाखाली मांडलेल्या आसनावर बसून महाराजांनी थोडी विश्रांती घेतली. मग फलाहार केला. तेवढ्यात एका सैनिकाने धावत धावत वार्ता आणली, की इथून अगदी समीप एका वृक्षाखाली व्याघ्रराजाची मूर्ती शांतपणे पहुडली आहे. त्वरित गेल्याने फार उत्तम मृगया होईल.

वाघ? मला आश्चर्य वाटले. मघाशी एवढा गोंधळ चालला असताना वाघ इतक्या जवळ कोठे बसून राहिला आहे? एखादा प्राणी दूर धावला असता किंवा अंगावर चाल करून आला असता. वाघाचे घ्राणेंद्रिय तर अतितीक्ष्ण असते म्हणतात. मग असे कसे?

विचार करूनही मला नीटसे समजले नाही. मी सहज महाराजांजवळ पृच्छा केली. तेव्हा माझ्या अज्ञानाची कीव करीत ते म्हणाले,

''ऊं! त्यात काय विशेष आहे? आज आम्ही वाघ मारणार ना? मग तो कोठेतरी असायलाच पाहिजे. नाहीतर आम्ही मारणार कसा?''

''होय, तेही खरेच.'' मी निरुत्तर होऊन बोललो.

"आता पाहा आम्ही कसा वाघ मारतो ते."

महाराजांनी भराभर आहार आटोपला. हातात खड्ग घेऊन ते सिद्ध झाले आणि लगबगीने चालत गेले. त्यांच्या पाठोपाठ इतर सेवकही घाईघाईने गेले. आपण बरोबर असावे, अशी माझीही इच्छा होती. पण मघाच्या झटापटीत माझा पाय किंचित दुखावला होता. नीटसे चालता येत नव्हते. म्हणून मी सावकाश हळूहळू चालत गेलो. काही वेळ महाराज लपतछपत जाताना दिसले आणि थोड्याच वेळात दिसेनासे झाले. माझी छाती उगीचच धडधडू लागली. नाही म्हटले तरी वनराजाशी गाठ आहे. काही भलतेच घडले तर?

असा विचार करतो आहे, तोच एकाएकी व्याघ्रगर्जना ऐकू आली आणि माझ्या काळजाचा थरकाप झाला. दिङ्मूढ होऊन मी जागच्या जागीच उभा राहिलो.

थोडा वेळ गेला. वृक्षावरील पाखरांची मंद कुजबुज आणि पानांची सळसळ तेवढी ऐकू येत राहिली.

आणि मग एकाएकी आरडाओरडा झाला. त्यापाठोपाठ महाराजांच्या नावाने केलेला मोठा जयजयकार ऐकू आला. त्या ध्वनीने सबंध वन कोंदून गेले.

पाय दुखत होते, तरी पण मला राहवेना. लंगडत लंगडत मी भराभरा पावले उचलली. एका विशाल वृक्षाच्या तळाशी सैनिकांचा वेढा पडलेला दिसला. त्यांच्या गर्दीतून वाट काढून मी पुढे गेलो.

पाहिले तो एक वाघ गतप्राण होऊन पडलेला होता आणि त्याच्या छातीवर पाय देऊन महाराज क्रुद्ध मुद्रेने उभे होते. वाघाचे मुंडके कापून त्यांनी एका हातात धरले होते. दुसऱ्या हातात रक्ताने न्हालेले नग्न शस्त्र होते.

तो देखावा पाहिला आणि मी थक्क होऊन उभा राहिलो. माझी एकदम वाचाच बंद झाली.

सैनिकांनी सतत महाराजांचा जयजयकार चालविला होता. मी तेथे येऊन पोचल्यावर महाराजांनी हाताच्या खुणेने तो बंद केला. मुद्रा हसतमुख करून विचारले, "काय विजयसेन? तुला आश्चर्य वाटले ना?"

"हं, होय महाराज. इतक्या शीघ्र!"

महाराजांनी मिशीला पीळ भरला. हातातली दोन्ही ओझी सेवकाजवळ दिली.

"त्याला काय उशीर? या वृक्षाखाली वाघ निद्रिस्त होता."

"बरं –" मी डोळे विस्फारून म्हटले.

"आम्ही लपतछपत गेलो. इतक्या सावधगिरीने की, वाघाची निद्रा अजिबात भंगली नाही. अगदी जवळ जाईपर्यंत डाराडूर."

"वा! पुढे?"

"पुढे काय? काढले शस्त्र आणि केला प्रहार. एका सपाट्यात मस्तक

उडविले. त्याला लेकाला कळलेही नसेल आपण मेलो म्हणून.''

''पण मी तर चांगली गर्जना ऐकली.''

''ती एक गंमतच झाली!'' महाराज बोलले, ''आम्ही मुंडके उडविले. चांगले हात-दीड हात लांब जाऊन पडले. अन् मग त्या मुंडक्यानेच नुसती गर्जना केली. हा: हा:!''

''बापरे!''

महाराज प्रसन्न होऊन हसले. त्यांची मुद्रा उजळली. या वेळी त्यांच्या मस्तकामागे वलयांकित तेजही दिसल्याचा भास मला झाला. तसे मी त्यांना बोलून दाखविले, तेव्हा ते आणखीनच प्रसन्न झाले.

''अरे हे काहीच नाही. पुढल्या वर्षी आम्ही वराहाची मृगया करून दाखवू तुला. कशी माहीत आहे?''

''कशी?''

''नवी पद्धत अगदी. वराह अंगावर धावून आला, की त्याचे सुळेच एकदम हातांनी धरायचे आणि जोरात पिरगळून टाकायचे. त्याचे दात त्याच्याच घशात घालायचे. घशात अडकून आपोआपच मेला पाहिजे वराह. हा: हा:!''

महाराजांची ही अभिनव रीत ऐकल्याबरोबर सैनिकांनी पुन्हा एकदम महाराजांचा जयजयकार केला आणि मग आम्ही निघालो.

नगरी येऊन पोचलो, तो वेशीपासून प्रासादापर्यंत राजपथावर नगरजनांची ही गर्दी उसळून राहिली होती. ध्वज फडकत होते. तोरणेपताका लागल्या होत्या. ठिकठिकाणी कमानी उभारलेल्या होत्या आणि नगरवनितांनी सर्व राजमार्ग रंगवल्लिकांनी सुशोभित केला होता. अमात्य आणि इतर सर्व मंत्रिगण स्वागताला सामोरा आला होता. महाराजांना पुष्पहार घालून त्यांनी स्वागत केले. मग महाराज अंबारीच्या हत्तीवर चढले, तेव्हा सगळ्या पौरजनांना त्यांचे दर्शन घडले. त्याच क्षणी भेरी, तुताऱ्या आणि दुंदुभी ही सर्व एकदम वाजली.

अंबारीच्या पुढेमागे सेवकवर्ग, पाठीमागे सैनिकांचे पथक आणि काठीत अडकविलेले ते दोन प्रचंड प्राणी, त्या पाठोपाठ मंत्रिगण आणि सैनिक अशी ही भव्य मिरवणूक निघाली. ते दृश्य पाहिल्यावर नागरिकांनी गगनभेदी जयजयकार केला.

प्रासादापर्यंत मिरवणुकीला बरेच मोठे स्वरूप प्राप्त झाले. त्या गर्दीतून वाट काढीत अश्वारूढ अमात्य माझ्याजवळ आले. सचिंत मुद्रेने त्यांनी मला विचारले, ''विजयसेन, ही वराहाची काय भानगड आहे? त्याची मृगया करण्याचे ठरलेले नव्हते.''

घडलेली सगळी कथा मी त्यांना सांगितली, तेव्हा त्यांचे समाधान झाले. त्यांनी सुटकेचा निःश्वास सोडला.

"बरे झाले तू होतास जवळ. नाहीतर अनवस्था प्रसंगच ओढवता."

"होय, अमात्य."

"आता यासंबंधी कोठे काही –"

"छे: छे:! ही मृगया महाराजांनी जर केलेली आहे, तर मी काय बोलणार?" अमात्यांनी माझ्याकडे पाहिले. पाठीवर थाप मारली.

"शहाणा आहेस. तुला काही कमी पडणार नाही."

हळूहळू आम्ही दोघेही तसेच पुढे चाललो. थोड्या वेळाने मला आठवण झाली.

"अमात्य, एक विचारू?"

"काय?"

"या वाघाच्या मृगयेचे गूढ मला नीटसे उकलले नाही."

"त्यात गूढ कसले?" अमात्य स्मितमुद्रेने म्हणाले, "अगदी सरळ गोष्ट आहे."

मी चकित होऊन म्हटले, "म्हणजे? ही मृगया महाराजांनी स्वत: केली?"

"होय, का बरे?"

"तसे नाही, पण –"

"बाबा, प्रतिवर्षी महाराज स्वत:च मृगया करतात. फक्त आम्ही त्यांना थोडे साह्य करतो इतकेच."

"म्हणजे?"

"म्हणजे असे की –" अमात्य थोडेसे थांबून बोलले.

"आधी आपले सैनिक बरेचसे काम आटोपतात आणि मग महाराज राहिलेले पूर्ण करतात."

"पण मी तर वाघाची गर्जना ऐकली. अगदी शपथपूर्वक ऐकली. महाराज तर म्हणाले, की वाघाच्या नुसत्या तोडलेल्या मस्तकानेच ही गर्जना केली."

"तेही खरे आहे. त्यासाठी आम्हाला एक नकल्याही बरोबर घ्यावा लागतो. या खेपेस त्याची वेळ चुकली. त्याने जरा उशिरा काम केले –"

पण अमात्यांचे पुढचे शब्द ऐकू आले नाहीत. मिरवणूक प्रासादापर्यंत पोचली होती. राजस्त्रिया निरांजनाने महाराजांना ओवाळीत होत्या. तुतारी आणि दुंदुभी एकसारख्या वाजत होत्या आणि सहस्त्र कंठांतून निघालेल्या महाराजांच्या जयजयकाराने अवघे वातावरण भरून गेले होते.

□

भामटा

गुजराच्या वाड्यात जिकडे तिकडे गडबड-गोंधळ चालला होता. माणसे येत होती. जात होती. कुणी मधल्या दिवाणखान्यात बसून लोडाला रेलले होते. डोळे मिटून जेवणाच्या बोलवण्याची वाट पाहत होते. कुणी अंगातले कपडे काढून प्रशस्त बसले होते. एकमेकांशी गप्पा मारीत होते. जेवायच्या आधी पानतंबाखूचा एक हप्ता रिचवीत होते. तबकात देठांचा सडा पडला होता. हवेत सिगारेटचा धूर पसरत होता आणि माफक हशाचे फवारे मधूनमधून उडत होते.

दिवाणखान्याबाहेरच्या प्रशस्त जागेत पंक्ती वाढल्या होत्या. आचारीवाढपी भराभरा पाने वाढून पूर्ण करीत होते. नोकरांची धावपळ उगीचच चालू होती. पानाभोवती सुंदर रांगोळ्या काढल्या होत्या आणि उदबत्त्यांचा, पक्वान्नांचा, वाळ्याच्या पाण्याचा सुरेख वास सगळीकडे पसरला होता. आलेल्या मंडळींच्या जिभा ओल्या करीत होता.

लग्नाची पंगत म्हणजे उशीर हा ठरलेलाच. पण आज नेहमीपेक्षा बराच उशीर झाला. टळटळीत दुपार झाली. एक वाजून गेला. बाहेरच्या कडक उन्हाकडे नुसते पाहिले, तरी डोळ्यांना त्रास होऊ लागला. उकाड्याने माणसे नुसती शिजून निघाली. हुशहुश करून वेळ काढू लागली. आता केव्हा एकदा बोलावणे येते आणि केव्हा आपण पानावर बसतो, असे सगळ्यांना होऊन गेले.

पण त्यांना फार वेळ वाट पाहावी लागली नाही.

तेवढ्यात यजमान बाहेर आलेच. हात जोडून सगळ्यांना नम्रपणे म्हणाले, ‘‘चला मंडळी, झालंय सगळं, उठा.’’

"कपडे काढायचे का?"

"अगदी –"

मग मंडळी भराभरा उठली. कपडे आधीच काढून ठेवलेली मंडळी पाय धुवायला गेली. भराभरा पानावर बसली. बाकीचे लोक कपडे काढून त्यांच्या मागोमाग आलेच. पुन्हा थोडीशी गडबड, धांदल झाली आणि मग सगळेच पानावर बसले. दिवाणखान्यात कोणीही राहिले नाही.

यजमान हातानं चुटकी वाजवून गडबड करीत म्हणाले,

"हं, सुरुवात करायची. थांबायचं कारण नाही."

त्याबरोबर जेवायला सुरुवात झाली. भुकेलेली सगळी मंडळी मान खाली घालून मन लावून जेवू लागली आणि एक-दोन मिनिटांतच तिथे विलक्षण शांतता पसरली. वाढणाऱ्यांच्या बोलण्याशिवाय कुणाचाही आवाज तिथे ऐकू येईनासा झाला.

वाड्यात हा कार्यक्रम चालू होता आणि बाहेर ऊन रणरणत होते. वारे अजिबात नव्हते. लांबवर रस्त्यात एकही माणूस दिसत नव्हते. सगळीकडे सुन्न, निःस्तब्ध वातावरण पसरले होते.

– आणि आंब्याच्या झाडावर एका फांदीला रेलून संभू निवांत पसरला होता. डोळे मिटून पडला होता. अधूनमधून डोळे उघडून कान टवकारत होता.

वाड्यातला आरडाओरडा, हशा, गोंधळ एकदम थांबला आणि सगळीकडे गप्पगार झाले. त्याबरोबर संभूने टक्कन डोळे उघडले. मोठ्या चपळाईने तो उठून बसला. पुन्हा एकदा कानोसा घेऊन त्याने नीट अदमास घेतला. अस्सं! गप्पागोष्टी, गोंधळ संपलेला दिसतो. म्हणजे मंडळी जेवायला बसली तर! आता चांगला आडवा हात मारीत असतील. मग बाहेर दिवाणखान्यात यापैकी कोण असणार? तो मोकळाच असेल. सगळे नोकरचाकरही जेवणाच्या पंक्तीकडेच कामाला असतील. काय पाहिजे, नको ते बघत असतील. त्यांचे तरी आता बाहेर लक्ष कुठून असणार? जमली वेळ बरोबर. आता असेच घुसून काम सफाईने साधले पाहिजे. म्हणजे कसलाही धोका नाही....

संभूने पट्दिशी झाडावरून खाली उडी घेतली. आपले कपडे नीटनेटके केले. टोपी व्यवस्थित बसविली. मग संथपणे चालत बेफिकीर मुद्रेने तो वाड्यापाशी आला. सरळ आत शिरून दिवाणखान्यात जाऊन पोचला. त्याच्या त्या संथ चालण्याकडे ऐटदार पोषाखाकडे कुणी पाहिले असते, तर कुणाचीही समजूत झाली असती, की कुणी निमंत्रण दिलेला प्रतिष्ठित पाहुणाच आहे. कामामुळे याला यायला जरा उशीर झाला असावा इतकेच. मग त्याच्याकडे कोणाचे लक्ष जाणार?

दिवाणखान्यात शिरून संभू खाली बैठकीवर बसला. समोरच्या तबकातले पानसुपारीचे साहित्य त्याने ओढून घेतले. विडा तोंडात टाकून तंबाखूची चिमटही

वर सोडली आणि सबंध दिवाणखान्यात इकडेतिकडे शोधक दृष्टी टाकली.

जिकडेतिकडे खुंटीला कपडे लटकविलेले होते. कुणाचे कोट होते, सदरे होते, जाकिटे होती. रुमाल, टोप्या होत्या. प्रत्येक खुंटी निरनिराळ्या प्रकारच्या कपड्यांनी गच्च भरलेली होती. साधण्यासारखा लाट दिसत होता.

संभूने पान खाल्ले न खाल्ले, तेवढ्यात एक नोकर घाईघाईने एका खोलीतून आला. मंडळी जेवायला बसली होती, तिकडे लगबगीने निघाला. त्याच्या हातात काहीतरी होते.

तक्क्याला टेकून कुणीतरी बसून राहिले आहे, हे पाहिल्यावर तो एकदम थबकला. म्हणाला,

"अहो, मंडळी बसली ना जेवायला. चला उठा."

संभू शांतपणे मान हलवून म्हणाला,

"छे! छे! मी नाही इतक्यात. मागाहून."

"अहो, पानं आहेत अजून –"

"अरे, वेडा काय तू?" संभूने किंचित रागावल्यासारखे केले. "पाहुणे आधी, घरची मंडळी मागाहून."

"बरं बरं."

असं म्हणून तो नोकर घाईघाईने दिवाणखान्यातून बाहेर पडला.

तो गेल्याबरोबर संभू ताडकन उठला. इकडेतिकडे पाहून त्याने क्षणभर कानोसा घेतला. आता काही धोका नाही, याची खात्री करून घेतली. मग त्याने झटक्याने खालची एक चादर ओढून घेऊन पसरली. खुंटीवरचे कपडे नीट लक्षपूर्वक पाहिले आणि एकेक काढून त्यांची पद्धतशीर घडी केली. चादरीवर ठेवली. एकामागून एक अशा सगळ्या खुंट्या रिकाम्या केल्या.

दहापाच मिनिटांत सगळा दिवाणखाना स्वच्छ झाला. एकाही खुंटीवर कपडा राहिला नाही.

चादरीवर घड्या घातलेल्या कपड्यांचा ढीग झाला. संभूने सगळे कपडे नीटनेटके बसविले. चादर दोन्ही बाजूंनी वर घेऊन गाठी मारल्या. त्या पक्क्या आहेत की नाहीत, हे नीट ओढून पाहिले. मग गाठोडे शिस्तीत हातात धरून स्वारी बाहेर पडली. वाड्याबरोबर येऊन तो वळला आणि दिसेनासा झाला.

सबंध वाड्यात कुणाला पत्ता लागला नाही.

आणखी अर्धापाऊण तास गेला आणि मग जेवणखाण संपले. पंक्ती उठल्या. माणसे भराभर उठली आणि हात धुवायला गेली. थोडा वेळ परत गजबज उठली. नोकरलोकांची धावपळ झाली आणि अखेरीला हात धुवून मंडळी ओले हात टॉवेलला पुशीत, भरल्या पोटावरून प्रेमाने हात फिरवीत, सुस्त डोळ्यांनी ढेकर देत

दिवाणखान्यात येऊन पोचली.

आत आल्याबरोबर त्यांना जरा चमत्कारिक वाटले. एक जण जरा गोंधळला.

"बंडोबा, मला वाटतं आपण जरा चुकलो."

बंडोबा ढेकर देण्यात मग्न झाले होते. त्यामुळे त्यांना थोडेसे अर्धवट ऐकू आले. घाईघाईने मान हलवून ते म्हणाले, "खरंच, चुकलं आपलं तात्या. सकाळी खाऊन यायला नको होतं आपण –"

"म्हणजे?"

"म्हणजे काय? अरे, जेवण काय फस्स्कलास झालं होतं! आहा! सकाळी खाल्लं नसतं ना, तर मरस्तंवर जेवलो असतो बुवा आपण."

बंडोबाचे हे बोलणे ऐकून तात्याने वाकडे तोंड केले.

"अहो, ते नाही म्हणत मी."

"मग?"

"अहो, कपडे कुठायत आपले?"

"हे काय खुंटीवर –"

असे म्हणून बंडोबांनी हात वर करून खुंटीकडे बोट केले.

पण खुंटी रिकामी होती. पलीकडची रिकामी होती आणि त्याही पलीकडची मोकळीच होती. दिवाणखान्यातल्या एकूण एक खुंट्या पूर्णपणे रिकाम्या होत्या. कुठेही एकसुद्धा कपडा दिसत नव्हता. बंडोबांनी डोळे चोळले, पुन्हा मिटले आणि उघडले. मग म्हटले,

"अरेच्या! कपडे कुठं आहेत बुवा आपले?"

"तेच विचारतोय मी –"

बाळू वाणी त्यांच्या तोंडाकडे पाहत उभा राहिला. तो म्हणाला, "मला वाटतं, आपण जागा चुकलो नक्की."

"छट् –"

"कशावरून नाही म्हणता?"

"अहो, इथंच बसलो होतो ना मी. हे बघा फोटो. हेच होते मघाशी. हा भिंतीचा गिलावा उडालेला."

मंडळींनी सबंध दिवाणखान्याची कसोशीने पाहणी केली आणि त्यांची खात्री पटली की, मघाशी आपण याच दिवाणखान्यात बसलो होतो. जेवायला बोलविण्याची वाट पाहत याच ठिकाणी थांबलो होतो. याच ठिकाणी आपण कपडे काढले होते आणि याच दिवाणखान्यात बसलो होतो. जेवायला बोलविण्याची वाट पाहत याच ठिकाणी थांबलो होतो. याच ठिकाणी आपण कपडे काढले होते आणि याच खुंट्यांना अडकविले होते. अजून ही खोली आहे अशीच आहे. फक्त कपडा मात्र

एकाचाही जाग्यावर नाही. म्हणजे? हा काय प्रकार आहे? सगळ्यांचे कपडे एकदम गेले तरी कोठे?

क्षणभर सगळेच गोंधळात पडले. एकमेकांकडे वेड्यासारखे पाहत उभे राहिले. मग कुलकर्णी वकिलांनी एकदम मोठ्यांदा हाक मारली,

''मोतीभाई, अहो मोतीभाई!''

घराचे यजमान मोतीभाई हे अजून आत होते. पानसुपारीच्या गोष्टीकडे लक्ष पुरवीत होते. त्यांच्या नावाने आरडाओरड झाली, तेव्हा ते लगबगीने आले. आश्चर्याने म्हणाले,

''का हो वकीलसाहेब, काय झालं?''

''जरा इकडं या.''

''पानसुपारी ना? झालं, आणलीच तबकं भरून.''

''पानसुपारी राहू द्या बाजूला. आम्ही मघाशी कुठं बसलो होतो ते सांगा आधी.''

मोतीभाई गोंधळात पडून म्हणाले,

''इथंच.''

''मग कपडे कुठाहेत आमचे?''

''कपडे? –''

असे म्हणून मोतीभाईंनी खुंट्यांकडे नजर टाकली. पण त्यांना सगळ्या खुंट्या रिकाम्या दिसल्या. एकही खुंटीवर एकही कपडा आढळला नाही. चकित होऊन त्यांनी तोच प्रश्न विचारला,

''म्हणजे? अहो, कपडे कुठाहेत तुमचे?''

''भले! आम्ही तुम्हाला विचारतो आन तुम्ही आम्हाला विचारा.''

''मग काय भुताटकी झाली की काय?''

''का भानामती चेटूक केलं कुणी?''

असा संवाद झाला आणि सगळीकडे नुसता गोंधळ उडाला. जो तो घाबरून गोंधळून एकमेकांकडे पाहत उभा राहिला. नुसती धोतरं नेसलेली ही सगळी मंडळी उघड्याबंब अंगाने वेड्यासारखी एकमेकांकडे पाहत उभी राहिली आणि सबंध वाड्यात आरडाओरडा झाला की, पाहुण्या मंडळींचे कपडे एकाएकी दिवाणखान्यातून नाहीसे झाले. एकाचाही कपडा जाग्यावर नाही. कुणाचा कोट, कुणाचे रुमाल, कुणाची जाकिटे, सदरे, टोप्या सगळेच अदृश्य झाले.

मग मोतीभाईंच्या एका नोकराच्या डोक्यात आले. मघाशी आपण कोठीतून साखर काढून नेत होतो, त्या वेळी कुणीतरी गृहस्थ या ठिकाणी बसला होता खरा. आपण त्याला 'जेवायला चला' म्हटले, पण तो काही आला नाही. 'मागाहून बसेन' म्हणाला, तो कोण होता? त्यानेच तर काही हा उद्योग केला नसेल?

शंका आल्याबरोबर त्याने ही हकिकत शेटजींना सांगितली. म्हणाला, ''मी त्यांना हाका मारल्या. पण ते म्हणाले, 'पाहुणे मंडळी आधी. घरची माणसं मागाहून.' मग मी काही विचारलं नाही. मला वाटलं –''

''घरची माणसं?'' शेटजींनी मान हलवली. ''छट्! घरचं एक माणूस राहिलं नाही माझं मागे.''

''पण तो म्हणाला खरा तसं. मी काही मग पुन्हा इकडं बघितलं नाही.''

''शाब्बास!''

शेटजी आणि त्यांचा नोकर यांच्यातील हा संवाद सगळ्यांना ऐकू गेला आणि बरेच जण मट्‌कन खाली बसले. इतका वेळ असे वाटत होते की काही गडबड, गोंधळ झाला असेल. इकडचे कपडे तिकडे नेऊन कुणीतरी टाकले असतील, कदाचित कोणी थट्टा केली असेल, आणि थोड्या वेळाने आपले कपडे आपल्याला परत मिळतील. पण आत्ताचा प्रकार ऐकल्याबरोबर सगळ्यांची खात्रीच पटली, की हा तशातला काही प्रकार नव्हे. कुणीतरी सराईत भामटा इथे आला असला पाहिजे आणि त्याने हा डल्ला मारला असला पाहिजे. आता आपली वस्त्रे आपल्याला परत मिळणे कठीण.

हा निष्कर्ष ध्यानात आल्यावर अनेक लोक खरोखरीच खाली बसले. काहींच्या चेहऱ्यावर पांढरा रंग आला. काही जणांचे हातपाय स्थिर न राहता एकसारखे हलू लागले आणि काही जणांनी आपले तोंड जे नकळत उघडले, ते मिटविलेच नाही.

वकीलसाहेब घाबरून म्हणाले,

''अहो, माझा नवा कोट चांगला. त्यात पैशाचं पाकीट तसंच.''

बाळू वाणी त-त प-प करीत बोलला,

''म-माझ्या जाकिटात घ-घड्याळ –''

''अन माझा जरीचा रुमाल होता हो!''

''मला घालायला दुसरा सदरा नाही.''

सगळेच घाबरून गेले. कुणाचा एकुलता एक सदरा गेला होता, कुणाचा कोट आणि त्यातले पाकीट गेले होते. कुणाच्या जाकिटात चांगले शेड्याचे घड्याळ होते. एक ना दोन गोष्टी. सगळ्यांनाच जबरदस्त टोला बसला होता. हा प्रकार दिवसाढवळ्या केला तरी कुणी? इतका धाडसी माणूस कोण असेल?

तेवढ्यात शेटजींच्या डोक्यात एकदम प्रकाश पडला. ते हातपाय आपटून मोठ्यांदा ओरडले,

''आत्ता आलं ध्यानात. नक्कीच तो संभ्या भामटा असला पाहिजे.''

आणि त्यांनी पुन्हा त्या नोकराला हाक मारली, त्या मघाच्या माणसाचे वर्णन विचारले.

नोकर म्हणाला,

"चांगले कपडे होते अंगावर. डोक्याला टोपी पांढरी, गोरापान, नाकेला आणि शिडशिडीत अंगाचा होता."

"मग तोच तो. संभ्याच लेकाचा."

काही लोकांना संभ्या भामट्याचे नाव ऐकून माहीत होते. हा मोठा हुशार भामटा आहे, मोठ्या सफाईने चोऱ्या करतो आणि कुणाला न सापडता निसटतो, हा त्याचा लौकिक त्यांना माहीत होता. आता त्यानेच हा उद्योग केला असेल, तर मग प्रश्नच मिटला. आपले कपडे मिळण्याची या जन्मात तरी आशा नाही. एक जण तसे शेटजींना म्हणालाही. पण त्याबरोबर शेटजी संतापाने लाल होऊन म्हणाले,

"मिळत नाहीत म्हणजे? मिळालेच पाहिजेत. संभ्या असा कोण लागून गेला? त्याची पाळंमुळं खणून काढतो. थांबा."

"पण काय करणार काय तुम्ही?"

"काय करणार? आत्ताच्या आत्ता पोलिसांना बोलावेन. माझी चेष्टा करतो काय?"

"पण पोलीस तरी आता काय करणार? तो सापडला तर पाहिजे!"

"माझा हिसका त्याला अजून माहीत नाही. मग पाया पडत येईल."

शेटजींच्या एकंदर बोलण्यावरून सगळ्यांची खात्री पटली, की शेटजी संभ्याला चांगला हिसका दाखविल्याशिवाय राहणार नाहीत. शेटजी तसे हार जाणार नाहीत. आपल्या घरात उद्योग केल्याबद्दल त्याला ते चांगलीच अद्दल घडविल्यावाचून सोडणार नाहीत. घडवतील तेव्हा घडवतील, पण सध्या तरी आपले कपडे गेले एवढे खरे.

लोक असा विचार करीत थांबले. शेटजीकडे बघत राहिले आणि एवढ्यात एक मोठा चमत्कार घडला!

समोरच्या दारातून कपड्याचे गाठोडे घेऊन संभू भामटा संथपणे आत आला. गाठोडे खाली ठेवून मुकाट्याने उभा राहिला.

त्याला पाहिल्याबरोबर तो मघाचा नोकर एकदम ओरडला,

"हाच तो. हाच तो मघाचा माणूस!"

त्याबरोबर सगळ्यांचे त्याच्याकडे लक्ष गेले. पांढरे स्वच्छ कपडे, पांढरी टोपी, गोरापान रंग, सरळ नाक आणि किडकिडीत शरीरयष्टी.

सगळ्यांची पाहिल्याबरोबर खात्री पटली, की मघाशी सांगितलेला हाच तो इसम संभ्या भामटा. सफाईने उचलेगिरी करून लोकांच्या डोळ्यात धूळ फेकण्यात पटाईत असलेली हीच ती स्वारी.

पण हा इथे कसा आला परत? शेटजींच्या दमदाटीला भिऊन कपडे परत

करायला तर आला नाही? पण इतक्यातच त्याला ते बोलणे समजले कसे?

कुणाला काही कळेना. सगळे थक्क होऊन त्याच्याकडे पाहत राहिले.

मग मोतीभाईशेटजी पुढे सरसावले. त्याला पायापासून वरपर्यंत एकदा नीट न्याहाळून म्हणाले,

''कोण रे तू?''

संभू गालातल्या गालात हसत म्हणाला,

''मी? संभू.''

''म्हणजे संभू भामटा तो तूच ना?''

''मीच तो.''

त्याच्या या स्पष्ट खुलाशाने सगळे हादरले. शेटजीही गोंधळले. आता काय बोलावे, हे त्यांनाही कळेना.

थोड्या वेळाने रागावून त्यांनी विचारले,

''इथले कपडे कुणी नेले?''

''मीच.'' संभूने मान हलविली.

''कुठं आहेत ते?''

संभूने गाठोड्याकडे बोट केले.

''हे काय यात आहेत!''

हे ऐकल्यावर सगळीकडे एकदम समाधानाची लाट पसरली. आपले गेलेले कपडे परत द्यायलाच तर हा आला नाही?

मग धिप्पाड अंगाचा बाळू वाणी पुढे सरसावला. कर्कश आवाजात त्याने विचारले,

''कशासाठी रे नेले होतेस आमचे कपडे?''

संभू त्याच्या डोळ्याला डोळा लावून शांतपणे म्हणाला,

''उगी म्हटलं गंमत करावी तुमची. जरा माझं कसब दाखवावं. बाकी काही नाही!''

संभूने दिलेलं हे उत्तर ऐकून सगळ्यांचा जीव खाली पडला. लोक असेच समजत होते की, आपले कपडे गेले ते गेलेच; आता ते परत मिळायची काही आशा नाही आणि लोकांना हातोहात फसविण्यात पटाईत असलेल्या संभ्या भामट्याचे नाव ऐकल्यावर, तर त्यांनी सगळी आशाच सोडून दिली होती. पण संभूच्या बोलण्यावरून त्यांना कळाले, की असे काही नव्हते. आपल्या अंगातले कसब दाखवावे, एवढाच त्याचा हेतू होता. प्रत्यक्ष उचलेगिरी करून लोकांचे नुकसान करावे, असे काही त्याच्या मनात नव्हते.

मग सगळेच खूश झाले. जिकडेतिकडे आनंदीआनंद पसरला. लोक हळूहळू

हसू लागले. त्यांचे हसणे पाहून संभालाही हसू येऊ लागले. सगळेच थोडा वेळ झालेल्या गमतीबद्दल हसत राहिले.

हसता हसता संभू म्हणाला,

"बघितलंत ना माझं कसब? सांगा किती सफाईनं काम केलं असेल मी? बोला."

शेटजी हसत हसत म्हणाले,

"खरंच संभ्या, तू मोठाच कसबी माणूस आहेस. इथं कुणाला पत्ता नाही लागला–"

"पत्ता कसा लागेल? ती तर आमच्या धंद्याची खुबी आहे."

"कमाल आहे बुवा!"

"संभू म्हणजे काय! पहिल्यापासून नामांकित. सगळ्यात भामट्यांत त्याचं नाव आहे, ते काय उगीच?"

"आहे खरी मूर्ती अशी."

"शाबास पठ्ठे! भले बहाद्दर!"

लोकांनी संभूच्या सफाईबद्दल फारच वाखाणणी केली. त्याच्यावर स्तुतीचा भडिमार केला, तेव्हा संभूला अगदी संकोचल्यासारखे झाले. गोरामोरा होऊन मान खाली घालून तो गप्प उभा राहिला.

मग वकीलसाहेब पुढे सरसावले. त्यांनी संभूच्या पाठीवर शाबासकीची थाप मारली. त्यांना तर संभूच्या कौशल्याचे फारच आश्चर्य वाटले होते. हसता हसता ते म्हणाले,

"गड्या कमाल आहे हां तुझी. अरे, हे सगळं केलंस तरी कसं?"

आपल्या कौशल्याचा हा प्रश्न निघाल्याबरोबर संभूचा संकोच नाहीसा झाला. झट्दिशी मान वर करून तो म्हणाला,

"अहो, भामटेगिरी हेसुद्धा एक शास्त्र आहे."

"आहे खरं बुवा. बेमालूम काम अगदी." वकीलसाहेबांनी मान डोलावली.

"पहिल्यांदा मी इथली माहिती काढली. शेटजींच्या घरी मंडळी जेवायला येणार आहेत, हे कळल्यावर सगळा तपास काढला. म्हटलं, इतकी मंडळी येणार निरनिराळी. यांना सगळ्यांनाच गंमत दाखवली एकदम तर मजा येईल –"

"वा! मजा म्हणजे काय!" बंडोबा भरल्या पोटावरून हात फिरवून बोलले, "भलतीच मजा. हसून हसून आमची पोटं दुखायची वेळ आली. हा: हा:"

"पण मघाशी कसं झालं होतं?"

"होय बुवा. मघाशी मात्र आम्ही अगदी रडकुंडीला आलो होतो. वाटलं, भानामती, चेटूक नाहीतर भुताटकीच झाली असावी."

हे ऐकून संभू हसू लागला. बाकीचेही सगळे हसू लागले. थोडा वेळ पुन्हा जिकडेतिकडे हशाच हशा झाला.

मग शेटजींना संभूविषयी फार कौतुक वाटले. ते आश्चर्याने म्हटले,

"अरे, पण हे केलंस कसं हे तरी सांग."

"अहो, त्यात अवघड ते काय?" संभू हसत हसत बोलला, "हा माझा पोषाख. कोण संशय घेईल माझा? सांगा."

"कबूल."

"सरळ शिरलो आत असा –" संभू दरवाज्याजवळ जाऊन पुन्हा आत येत म्हणाला, "जरा इकडंतिकडं केलं. कानोसा घेतला. तुमच्या या नोकराला काहीतरी बोलून पिटाळला. मग सरळ कपडे गोळा केले. थांबा –"

असे म्हणून त्याने खाली वाकून गाठोडे सोडले. गाठोड्यात व्यवस्थित घड्या करून ठेवलेले कपडे उचलले आणि ते जसेच्या तसे पुन्हा खुंट्यांवर लटकावले. या सगळ्या गोष्टी त्याने इतक्या चपळाईने केल्या, की सगळे लोक तोंडात बोट घालून तटस्थपणे पाहत उभे राहिले.

सगळे कपडे अडकावून झाल्यावर संभू निश्चयाच्या सुरात म्हणाला,

"हे असेच आणि इथेच होते सगळ्यांचे कपडे. होते का नाही आठवून पाहा."

सगळ्यांना खुंटीवर ठेवलेले आपापले कपडे नीट पाहिले. ते आपण असेच ठेवले होते, याची त्यांना खात्री पटली आणि संभूच्या विलक्षण स्मरणशक्तीबद्दल त्यांना खरोखर मनापासून आश्चर्य वाटले. त्यांनी पुन्हा त्याची प्रशंसा केली.

मग संभू म्हणाला,

"असेच होते ना सगळ्यांचे कपडे? नक्की?"

"होय. असेच होते."

"मी इथंच असा बसलो होतो." संभू एका ठिकाणी बसून म्हणाला. मग त्या नोकराकडे वळून त्याने विचारले,

"काय रे, इथंच असा बसलो होतो ना?"

त्या नोकराने मान हलवली.

बाबू वाणी उत्सुकतेने म्हणाला, "मग पुढं कसं कसं केलंस?"

"मग काय? पुढचं काम फार सोपं. हे असे कपडे एकेक गोळा केले. त्यांच्या घड्या घालत चादरीवर ठेवल्या. चटचट उरकलं काम –"

बोलता बोलता संभूने पुन्हा सगळे कपडे गोळा करून दाखविले. त्यांच्या घड्या केल्या. त्या व्यवस्थितपणे चादरीवर ठेवल्या. हे सगळं करीत असताना त्याने जी सफाई आणि चपळपणा दाखविला, तो बघून सगळी मंडळी थक्क होऊन गेली. एखादा फोक जसा लवलवावा, तसे त्याचे शरीर लवलवत होते. मंडळी त्याकडे आश्चर्याने, कुतूहलाने पाहत राहिली. खरोखरच त्याचे कसब काही विलक्षण होते.

अवघ्या दोन-तीन मिनिटांत त्याने पुन्हा सगळ्या घड्या चादरीवर घालून ठेवल्या.

तात्या शिंपी तोंडाचा 'आ' करून या सगळ्या प्रकाराकडे मुकाट्याने पाहत होता. संभूने सगळ्या घड्या केल्यावर त्याने विचारले,

"अन मग?"

"मग काय? हे असं गाठोडं केलं मी."

संभूने मोठ्या शिताफीने खालच्या चादरींची टोके वर उचलली. त्यांच्या गाठी मारल्या. गाठोडे तयार करून दाखविले.

"शाब्बास! अन् मग?"

"हे गाठोडं असं घेतलं हातात –"

संभूने अगदी सहज ते गाठोडं उजव्या हातात घेऊन दाखविले. वर उचलले. चेहऱ्यावर आविर्भाव असा आणला, की कुणी खणाळी विकणारा एखादा व्यापारी गडबडीने बाहेर निघाला आहे.

"आलं ध्यानात?"

त्याचा तो आविर्भाव आणि ऐट पाहून पुन्हा सगळ्यांना हसू आलं.

"भले पठ्ठे! मग पुढं?"

"पुढं काय हे गाठोडं असं हातात धरलं –"

"हं –"

"सावकाश हा असा निघालो –"

"हां –"

"अन हा असा दरवाज्याबाहेर पडलो –" दरवाज्याबाहेर पडण्याचा आविर्भाव करीत संभू गाठोडे घेऊन त्या बाजूला वळला. दिसेनासा झाला.

"भले वाघ!"

"कमाल आहे बुवा या भामट्याची!"

"शाब्बास! बेमालूम काम."

असे उद्‌गार काढीत माणसे माना डोलवीत राहिली. पोट धरधरून कितीतरी वेळ हसत राहिली. संभूची वाट पाहत थांबली. आता संभू परत आला, म्हणजे त्याला काहीतरी बक्षीस द्यायचे, असा काहीतरी विचार करीत थांबली.

– पण संभू भामटा पुन्हा परत आलाच नाही!

□

खलिफा-इ-बगदाद

एके समयी बगदाद शहरात कोणी एक खलिफा राज्य करीत होता. बाप अकालीच मेल्यामुळे हा खलिफा वयाने अगदी तरुण होता. मिसरूड फुटून त्यास नुकतीच काही वर्षे लोटली होती. आता त्याला दाढीही फुटू लागली होती आणि ती राखावी किंवा कसे, यासंबंधी त्याच्या मनात घालमेल चालू होती. आपल्या पूर्वजांच्या परंपरेस अनुसरून या तरुण खलिफाचा बहुतेक वेळ ख्यालीखुशालीत जात असे. सकाळ-संध्याकाळ शराब घ्यावी, तार्तार सुंदरींच्या सहवासात नाचगाण्यांची बहार उडवून द्यावी आणि गाद्यागिरद्यांवर लोळत धुंद डोळ्यांनी गप्पा छाटाव्या, असा त्याचा मोठा मौजेत दिवस जाई. अगदीच कंटाळा आल्यास शिकारीसाठी जंगलात जावे, कधी काझीकडून जुनी गमतीगमतीची पुस्तके वाचून घ्यावीत, तर कधी गोष्टी ऐकाव्यात, असा हा कार्यक्रम अनेक दिवस बिनबोभाट सुरू होता. खलिफाचा दिनक्रम एकंदरीत मोठ्या सुखाने चालला होता आणि तो पूर्णपणे समाधानी होता.

पण हे सुख एके दिवशी अकस्मात हरपले.

एकदा काझीने त्याला असे वाचून दाखविले की, आपले थोर पूर्वज सद्धर्मपालक हरून अल् रशीद हे फार हुशार गृहस्थ होते. रयतेच्या सुखदु:खाची त्यास अतोनात काळजी असे. त्यासाठी ते वेषांतर करून बगदाद शहरात फेरफटका करीत आणि आपली रयत सुखी आहे की नाही, याची पाहणी करीत. त्यामुळे लोकांच्या अडीअडचणी त्यांना कळून येऊन त्या निवारण करण्याचे उपायही सुचत. लोक

त्यांना अतिशय दुवा देत. आज त्यांचे नाव लोकांच्या तोंडी आहे, याचे कारणही हेच होय.

काझीने ग्रंथातील ही आणि अशीच इतर हकिकत वाचून दाखविल्यापासून खलिफाचे डोके बिघडले. त्यास अजिबात चैन पडेनासे झाले. आपणही वेष पालटून हिंडावे आणि रयतेची सुखदु:खे पाहावीत, असे त्याच्या मनाने घेतले. त्यायोगे प्रजेचा आपणास सपाटून दुवा मिळेल आणि आपले नाव दिगंतरास जाईल, अशी त्यास खात्री वाटू लागली. मनाचा हा निर्धार पक्का होताच त्याने आपला खास विश्वासू नोकर गुलाम मश्रूर यास बोलावणे धाडले. गुलाम मश्रूरने कालिफ हरून अल रशीद यास बालपणी ओझरते पाहिले असून, या खलिफाचा आजोबा बाप यांच्याकडेच तो लहानाचा मोठा झाला होता. आता तो फार म्हातारा झाला होता. तरीपण तो मोठा विश्वासू असून, खलिफाच्या मागे सावलीप्रमाणे हिंडण्याचे व्रत त्याने अद्यापिही चालविले होते. म्हणून या बाबतीत त्याचा सल्ला घेणे, हे खलिफास अगदी जरूर वाटले.

म्हातारा मश्रूर काठी टेकीत खलिफाच्या महालात येऊन दाखल झाला. त्या वेळी खलिफाचे स्नान नुकतेच आटोपले होते. हमामखान्यातून येऊन त्याने पोशाख बदलला होता आणि पलंगावर बसून तो बदाम, पिस्ते, अक्रोड इत्यादी फळे खात होता. त्याच्या पलंगावर मिसर देशातली एक सुंदरी हातात पंखा घेऊन बसली होती आणि त्याने खलिफाला वारा घालीत होती. मधूनमधून मोहक हास्य करून त्यास घायाळ करीत होती. दुसरी एक सुंदरी मेजावर ठेवलेली जड सुरई उचलून त्यातील शराब प्याल्यात ओतीत होती. इतर काही जणी उगीचच लांब उभ्या होत्या. एकदोघी वाद्यांचे स्वर जुळवीत होत्या. पायात चाळ बांधून तार्तार सुंदरींचा एक ताफा डोक्यावर तिरप्या टोप्या घालून नाचाच्या तयारीत मग्न झाल्या होत्या. किनखापाचे पडदे असलेल्या प्रवेशद्वारापाशी काळेकुट्ट खोजे हातात नागव्या तलवारी घेऊन पहारे करीत होते. जाळीदार खिडक्यांतून मंद वाऱ्याच्या झुळकी सर्वत्र पसरत होत्या आणि सुगंधी फुलाअत्तरांचा खुशबू सगळीकडे दरवळला होता.

मश्रूरने हे सर्व पाहिले. पण तिकडे लक्ष न देता तो मऊ रुजाम्यावरून हळूहळू चालत थेट पलंगाजवळ गेला. खलिफाला वाकून वाकून कुर्निसात करून म्हणाला,

''सद्धर्मपालक, बंदा हाजीर आहे.''

शराबाचा पहिला प्याला झोकून खलिफाने त्यास बसण्याची खूण केली. मग तो म्हणाला,

''मश्रूर, आज आमच्या डोक्यात एक नवीनच कल्पना आली आहे. कोणती ओळख पाहू.''

मश्रूरने दोन्ही कान हातांनी पकडून वर तोंड केले. अल्लाची करुणा भाकली.

"तोबा तोबा, हुजूर, आपल्याइतके डोके मला असते, तर हा बंदा असा क्षुद्र चाकर का राहता? आपणच सांगावे सरकार.''

"नाही ओळखता येत?''

"नाही सरकार. बंदा शरण आहे.''

"तर मग ऐक –''

असे म्हणून खलिफाने टाळी वाजवली. बाकीच्या सगळ्यांना खुणेने तेथून जावयास सांगितले. त्याबरोबर सगळ्या जणी लगबगीने निघून गेल्या.

मग खलिफाने मश्रूरला ग्रंथात वाचलेली हरून अल् रशीदची रोमहर्षक हकिकत सांगितली. त्यायोगे मनात उठलेले विचार सविस्तर वर्णन करून, आपलाही तसेच काहीतरी करून दाखविण्याचा बेत आहे, असे बोलून दाखविले. ते ऐकून मश्रूरचा चेहरा फार गंभीर झाला.

"का मश्रूर, बोलत नाहीस?''

"त्याचे असे आहे सरकार –''

असे म्हणून मश्रूर गप्पच राहिला. काय बोलावे, हे त्याला नीट कळत नाहीसे झाल्याचे त्याच्या तोंडावरून दिसले. मग आवंढा गिळून तो म्हणाला,

"आपले अब्बाजान आणि पापाजान यांनीही पूर्वी हीच गोष्ट केली होती, सरकार.''

खलिफाला ते ऐकून जास्तच हुशारी आली. त्याचे डोळे लकाकले.

"होय का? फार छान! मग तर मी बेशक जाणार.''

"पण सरकार –''''

"आता तुझा पण काय आणखी?''

"नाही गेले, तर नाही का चालणार?''

"का बरे?''

"म्हणजे तशी आता काही जरूर राहिली नाही त्याची –''

असे म्हणून मश्रूरने सरतेशेवटी आपले म्हणणे खलिफाला सांगितले. तोंड वाकडे करून त्याने सांगितलेल्या गोष्टीचे तात्पर्य इतकेच होते की, राज्याची एकंदर हालहवाल फारच चांगली असून कसलीही काळजी करण्याचे सध्या प्रयोजन नाही. रयत अगदी सुखी आणि समाधानी आहे. सर्वत्र कशी चैनचंगळ आहे. खजिन्यात पैसा बऱ्यापैकी आहे. शराबाचा साठाही लागेल तेवढा आहे आणि परचक्राची भीती तूर्त तरी नाही. इतके सगळे असल्यावर वेष पालटून हिंडण्याची खलिफाला गरजच काय उरली? सद्धर्मपालक हरून अल् रशीद यांच्या वेळची गोष्ट वेगळी होती. त्या वेळी अन्नाची थोडी टंचाई असून प्रजाही किंचित डामरट आणि फाजील होती. त्या वेळचे लोकही भारी खादाड असत. त्यामुळे नेहमी दुष्काळ पडत. आता तसे काहीही

नाही. सर्वत्र आबादीआबादी असून लोक फारच सद्‌गुणी झाले आहेत. तेव्हा सरकारांनी आपला अमूल्य वेळ खर्च करून हा खटाटोप करू नये.

मश्रूरने परोपरीने ही गोष्ट खलिफाच्या डोक्यात भरविण्याचा प्रयत्न केल्यावर खलिफा अंमळ विचारात पडल्यासारखा दिसला. आपण वेष पालटून राजवाड्याबाहेर पडावे ही गोष्ट मश्रूरला पसंत नाही, एवढे त्याने ताडले. का बरे? आपल्याला विनाकारण तसदी पडेल म्हणून? अं हं, तसे नसावे. लोकांची सुखदु:खे आपल्या कानावर पडूच नयेत, असा डाव या लबाड मश्रूरचा असावा. आपले नाव लोकांनी घ्यावे, हे या लुच्च्याला मनातून आवडत नसावे. दुसरे काय?

आपला हा बेत मश्रूरला न सांगता सवरता अमलात आणला पाहिजे आणि या लुच्च्याला तसेच 'होय होय' म्हणून पिटाळले पाहिजे, असा खलिफाने मनाशी निश्चय केला. मग खलिफाने मोठे गंभीर तोंड केले. किंचित विचार केल्यासारखे दर्शविले. आणि मान हलवून म्हणाला,

"एकूण असे आहे म्हणतोस मश्रूर?"

मश्रूर हात जोडून नम्रपणे म्हणाला, "होय सरकार."

"तर मग जाण्यात मतलब तो काय राहिला?"

"तेच मी म्हणतो हुजूर."

"लोक एकंदरीत सुखी आहेत ना?"

"बेशक सरकार. लोक भलतेच सुखी आहेत."

"मग आमचे राहिले बुवा जाणे. आज काही नव्या तार्तार स्त्रिया आल्या आहेत. त्यांचा आम्ही नाच पाहतो. तू वाटल्यास जा. आराम कर."

"सलाम."

पुन्हा पुन्हा कुर्निसात करून मश्रूर उठला आणि काठी टेकीत आपल्या कोठीकडे गेला. तो गेल्यावर खलिफाने त्याच्याकडे पाहून एक छद्मी हास्य केले. मग शराबाचा प्याला झोकून तो विचार करीत राहिला.

वेश पालटून खलिफा मागच्या दाराने महालातून बाहेर पडला, त्या वेळी चांगलीच रात्र झाली होती. सर्वत्र निजानीज झालेली असावी. कारण जिकडेतिकडे गाढ शांतता भरून राहिली होती. बराच वेळ जळणारे दिवे आता विझत होते. त्यांचा अंधूक उजेड अंधार वाढवीत होता. दिवसा मोठी भव्य आणि शानदार दिसणारी दालने अंधारात बुडाली होती. मंद उजेडामुळे सर्वत्र मोठे भयाण वाटत होते. एरवी क्रूर मुद्रेने वावरणारे खोजे गुलाम शांतपणे झोपी गेले होते. कुठेही वेडेवाकडे पडले होते. हातात मद्याचे प्याले घेऊन कुणी कुणी चाकर झिंगून बडबड करीत हिंडत होते. लफक्‌लफक्‌ करीत एखादी सुंदरी मध्येच लगबगीने अंधारात गडप होताना दिसत

होती. क्वचित कोठे कुचुकुचु बोलणे, कुजबुज ऐकू येत होती. पण एकंदरीत सगळीकडे शांत होते.

खलिफाने ही दृश्ये आजवर कधी पाहिली नव्हती. त्यामुळे त्याला मोठी मौज वाटली. हळूहळू पावले टाकीत तो पुढे निघाला. दालनामागून दालने ओलांडून पुढे गेला.

एकदम कुणीतरी शुक्शुक् केल्यासारखे वाटले, तेव्हा खलिफा थांबला. पाठीमागे वळून पाहू लागला.

इकडेतिकडे पाहिले, तो एक नोकर भिंतीला टेकून आणि पाय पसरून अगदी निवांत बसला होता. खलिफाने त्याच्याकडे पाहताच त्याने हाताची खूण करून जवळ बोलावले, "ए, इकडे ये."

काही न बोलता खलिफाची स्वारी त्याच्याजवळ गेली. मग पुन्हा तो म्हणाला, "जरा अफू आहे का थोडीशी?"

खलिफाने मान हलवली.

"नाही बुवा. का?"

"माझी जरा संपत आली आहे. आज रात्रीच्याला पुरली पाहिजे ना!"

"अस्सं!... पण माझ्याजवळ नाही बुवा."

"बरे, नसू दे –" असे म्हणून त्याने खलिफाकडे नीट न्याहाळून पाहिले.

"तू कोण? नवा दिसतोस?"

खलिफाने मान हलवून नम्रपणे सांगितले की, मी नवा नोकर आहे. राजवाड्यात नुकताच चिकटलो आहे. अजून इथे आपल्या कुणाशी फारशा ओळखीपाळखी झालेल्या नाहीत.

"वाहवा! अरे मग ये बैस. घटकाभर गप्पा मारू."

इतके बोलून त्याने खलिफाला बळेबळेच खाली बसवून घेतले. खलिफाचीही फारशी हरकत नव्हतीच. या बडबड्या माणसाशी गप्पागोष्टी होतील. कदाचित त्याच्या अडीअडचणी कळतील आणि आपल्याला त्याच्यावर काही उपाययोजनाही करता येईल, असे त्या धूर्त खलिफाला वाटले.

खाली बसल्यावर या गड्याने अफूचा चुट्टा तयार करून ओढला. मोठा आग्रह करून खलिफासही ओढावयास दिला. चुट्टा बराच जालीम होता. तो ओढल्याबरोबर खलिफाला जबरदस्त ठसका लागला आणि त्याचा जीव अगदी घाबरा झाला. तोंड लालभडक होऊन डोळ्यांतून पाणी वाहू लागले. लोकांच्या अडीअडचणी जाणून घेण्याइतके आयुष्य आपल्याला लाभते की नाही, याची त्याला शंका वाटू लागली.

खलिफाची ही प्राणांतिक अवस्था पाहून नोकर म्हणाला,

"का मित्रा, तुला याची सवय दिसत नाही?"

मोठमोठ्यांदा खोकत खलिफा म्हणाला, ''होय बुवा.''

''मग मूर्खा, तुला ओढायला कुणी सांगितले होते?''

त्याने खस्‌दिशी ते साहित्य खलिफाच्या हातून ओढून घेतले. खलिफा अगदी शरमून गेला.

''बरे, तुला निदान गुडगुडी तरी ओढता येते की नाही?''

''नाही बुवा.''

''शराब? –''

''थोडीशी.''

''हूं! थोड्याने काय होणार? इथे चांगली प्यावी लागते. अन्‌ तरी कसे सरळ चालता आले पाहिजे. पाय खाली, डोके वर.''

''असे का?''

''तर! बरे, तुला निदान अंधारात तरी दिसते ना?''

खलिफा गोंधळून म्हणाला, ''ते कशाला?''

''वा!'' तो खलिफाकडे कीव केल्यासारखी नजर टाकून बोलला, ''इथे राजवाड्यात अंधारात बघायची सवय फार उपयोगी पडते. अरे, फार मजा मजा पाहावयास मिळते. सगळे खरे काम इथे रात्रीच. तुला माहीत नाही वाटते?''

''नाही बुवा.''

खलिफाने मुद्दामच मान हलविली. मग मात्र तो गडी चिडल्यासारखा दिसला.

''शाब्बास! मग तू राजवाड्यात नोकर व्हायला अगदीच नालायक दिसतोस! किती दिवस झाले तुला इथं येऊन?''

''झाले एक-दोन महिने. तू?''

''ऊं! मला झाली इथं दहा-एक वर्षं.''

''अरे! म्हणजे तू बराच जुना नोकर आहेस तर! मग बरोबर.''

खलिफाचे हे बोलणे ऐकून तो हसला. मग जरा खाजगी आवाज काढून म्हणाला, ''मी जुना आहे ही गोष्ट खरी; पण नोकरबिकर नाही. नुसताच आहे आपला.''

''म्हणजे?''

खलिफाला फार मोठे आश्चर्य वाटले. त्याने खुलासा विचारला, तेव्हा ही स्वारी डौलाने म्हणाली,

''बोलू नकोस कुणाला. तुला म्हणून सांगतो. अरे, म्हणजे झाली काय गंमत. सहज एकदा राजवाडा बघायला म्हणून मी आपला आत घुसलो. म्हणजे गमतीने बरे का. एक मोठी शानदार बाई रस्त्याने जाताना दिसली. तिच्या पाठीमागून हिंडता हिंडता मीही आत घुसलो झाले! अन्‌ मग जी वाट चुकलो म्हणतोस! हिंडहिंड हिंडलो. पण बाहेर काही पडायला रस्ता सापडेना. किती हिंडलो माहीत आहे?''

"किती?"

"तीन महिने."

"तीन महिने?"

"होय बाबा, तीन महिने मांजरासारखा हिंडत होतो. इकडून तिकडे, तिकडून इकडे. पण पत्ता नाही कशाचा –"

एवढे बोलून त्याने खलिफाला पुढे फारच मनोरंजक हकिगत सांगितली. त्यावरून खलिफाला समजले की, ही स्वारी ज्या बाईच्या पाठीमागे पाठीमागे आली, ती झटक्याने कोठेतरी नाहीशी झाली आणि मग हा राजवाड्याच्या चक्रव्यूहात सापडला. रोज मुदपाकखान्यात जाऊन जेवायचे आणि दिवसभर रस्ता शोधायचा, असा याचा कार्यक्रम पुढे दोन-तीन महिने चालू होता. पण तरीही त्याला यश आले नाही. बरे, दुसऱ्या कोणाला विचारावे म्हटले तरी पंचाईत. मग न जाणो, आपण कुणीतरी नवे आहोत, याचा बोभाटा होऊन, न विचारता आत घुसल्याबद्दल आपले डोकेच उडायचे. शेवटी तीन महिन्यांच्या खटाटोपानंतर त्याने बाहेर पडायचा नादच सोडून दिला. इथेच मुक्काम केला झाले. या गोष्टीला दहा वर्षे झाली. राजवाड्यातले सगळे लोक आता त्याला नोकरच समजतात. त्याला नियमितपणे पगारही मिळतो.

शेवटी कळवळून तो खलिफाला म्हणाला,

"काय सांगू मित्रा, तशी इथे फार मजामजा केली. सगळा आनंद आहे. पण परवा असे वाईट वाटले म्हणतोस –"

"का बुवा?"

"अरे, ती रस्त्यावरची सुंदरी? ती परवा मला दिसली बघ अचानक. दहा वर्षांनी तिला बघितली. पण आता काय उपयोग? सगळे खलास! काही राहिले नव्हते."

खलिफाला हे सर्व ऐकून फार हसू आले. फारच गुदगुल्या झाल्या. हसत हसत त्याने विचारले,

"मग इथे तुझा उद्योग काय चालतो दिवसभर?"

"वा! इथे मी दिवसा नसतोच मुळी! बसऱ्याच्या व्यापाऱ्याची एक पेढी आहे ना, तिथे मी दिवसा काम करतो. रात्री आपले मुक्कामाला इथे."

खलिफाच्या तोंडावर आश्चर्य उमटले.

"एकाच वेळी दोन ठिकाणी नोकरी? हे कसे जमते बुवा?"

"ऊं! सगळेच लेकाचे तर असे करतात –"

असे म्हणून त्याने खलिफाला बरीच माहिती पुरविली. त्याच्या बोलण्याचा सूर असा होता की, राजवाड्यातील सगळीच मंडळी सध्या असा कारभार करतात. खुद्द वझीरसाहेब हे अक्रोडाचा व्यापार करण्यात गुंतलेले असून, राज्यकारभार हा दुय्यम आणि फावल्या वेळचा धंदा समजतात. सेनापतींनाही सध्या विशेष काम नसल्यामुळे

ते लष्करात मलमलचे कापड खपवीत असतात. येऊन जाऊन कोतवाल मात्र थोडासा निराळा माणूस आहे. तो असला धंदाबिंदा काही करीत नाही. ती स्वारी चोवीस तास शराब पिऊन पडलेली असते. शुद्धीवर असलाच, तर तो एक जुगार तरी खेळतो किंवा बायकांच्या भानगडीत असतो. बहुधा दर चार भानगडींपैकी एकीत कुठेतरी तो सपाटून मार खातो. मग चार-दोन महिने तो अंथरुणावर निजूनच असतो. पण एवढी गोष्ट खरी की, असल्या उद्योगधंद्यात त्याचे अंग नसते. बाकीचे सरदारकदारही कोठले ना कोठले बारीकसारीक उद्योग करीत असतात. एकंदरीत सगळीच मंडळी तशी मोठी सुखी आहेत.

ही माहिती ऐकून खलिफाला आपले डोके बरेच चढल्यासारखे वाटले. मोठ्या कष्टाने चेहरा शांत ठेवून त्याने विचारले,

"एकूण काय, तूही मोठा सुखी आहेस तर मग?"

हे ऐकल्यावर त्याने वाकडा चेहरा केला. विव्हळून नाखुशीच्या सुरात तो म्हणाला, "नाही रे गड्या, आणखी थोडेसे जमायला पाहिजे बघ. जरा मुदपाकखान्यात शिरकाव व्हायला पाहिजे रे. म्हणजे मोठी मजा आहे."

"कसली बुवा?"

"वा! अरे, चंगळ असते तिथे. लागेल तेवढा माल पडलेला असतो. उचलायचा अन् पळायचे. हूं... परवाच त्या भटाऱ्याने पोतेभर मनुका घरी पळविल्या. चैन झाली बेट्याची. तेवढे जमायला पाहिजे बघ. असली तुझी ओळख तर पाहा."

त्या नोकराचे हे दु:ख पाहिल्यावर मग खलिफा तिथे थांबलाच नाही. काहीतरी इकडेतिकडे बोलून, थातूरमातूर करून तो उठला आणि निघाला. घाईघाईने पुढे गेला. एक-दोन दालने ओलांडल्यावर एक दासी मोठी चिंतातुर चेहरा करून रेंगाळत चाललेली आढळली, तेव्हा तो थबकला. तिची मुद्रा काळजीत पडल्यासारखी दिसत होती. तरी ती चालली होती, मात्र ठुमकत ठुमकत. खलिफाने तिला बरोबर ओळखले, अरे ही तर गुलनार! परवापरवापर्यंत ही आपल्या महालात पंखा ओढायला होती. आता अलीकडे हमामखान्यात तिची हजेरी असते. खात्रीने तीच ही. असे घोड्यासारखे तोंड असलेली दुसरी दासी कोण असणार? ही इकडे कुणीकडे? अशा रात्रीच्या वेळी नटूनथटून कुठे चालली आहे? आणि तिच्या तोंडावर असा दु:खाचा आविर्भाव का आहे?

खलिफाला मोठे कुतूहल निर्माण झाले. भान न राहून त्याने पट्दिशी हाक मारली,

"गुलनार –"

गुलनार एकदम थबकली. सुरम्याने माखलेले आपले डोळे खलिफावर रोखून धरीत संशयाच्या सुरात म्हणाली, "कोण रे तू?"

स्वत:ला सावरून घेत खलिफाने अगदी अदबीच्या सुरात सांगितले की, मी

राजवाड्यात नुकताच लागलेला एक नोकर आहे.

"तुला माझे नाव काय माहिती?"

"वा! म्हणजे काय हे विचारणे झाले? सुंदर गुलनारला कोण ओळखीत नाही?"

हे उद्‌गार ऐकल्यावर गुलनारचा चेहरा अंमळ खुलला, हे खलिफाला अगदी स्पष्ट दिसले. आपली मात्रा बरोबर लागू पडली, हे पाहून त्याला स्वत:च्या हुशारीचा भारीच अभिमान वाटला. मग त्याने तिची आणखीनच वाखाणणी चालविली आणि शेवटी विचारले,

"एवढ्या चिंतातुर मुद्रेने तू कुठे निघाली होतीस?"

गुलनार म्हणाली, "माझा एक दिनारच हरवला बघ वाटेत. लगबगीने येत होते. तेवढ्यात कुठे पडला खुदा जाणे."

"हात्तिच्या! एवढेच ना? हा घे दिनार."

खलिफाने कमरेची पिशवी काढून त्यातील एक दिनार तिच्या हातावर ठेवला. तिने तो मोठ्या घाईघाईने घेतला. तो कमरेला खोवून ती म्हणाली,

"वा! तू मोठा भला गृहस्थ दिसतोस!"

"आहे आपला गरीब माणूस. तुझा सुंदर चेहरा फारच कोमेजलेला दिसला, म्हणून मला राहवले नाही झाले."

गुलनारने यावर मुरका मारला. मग लाडिकपणाने ती म्हणाली, "बघ, तुझ्यासारख्या चाकर माणसाला जी अक्कल आहे, ती या खलिफाला नाही पाहा."

आपला एकाएकी उल्लेख झालेला पाहून खलिफा जरा चमकला. तोंडावर आश्चर्य आणून म्हणाला,

"खलिफा? त्याचा काय संबंध बुवा?"

"त्या मेल्याने तर माझे वाटोळे केले ना! म्हणून तर अशी ही भीक मागायची पाळी आली!"

"ही काय भानगड आहे? आम्हाला सांगशील तर खरे."

गुलनारने प्रथम बरेच आढेवेढे घेतले. मग तिने अगदी गंभीरपणे खलिफाला सांगितले की, मी इतकी सुंदर असल्यामुळेच मुद्दाम खलिफाच्या महालात मला नोकरी मिळाली होती. खरं म्हणजे मीच राणी व्हायची; पण या खलिफाला काडीची अक्कल नाही, त्याला काय करावे? त्याने कधी ढुंकूनसुद्धा माझ्याकडे पाहिले नाही. मी इतके त्याच्या पुढे पुढे केले ना, पण व्यर्थ! शेवटी कुठले तरी परदेशातले ध्यान धरून आणले आणि त्याच्याशी लग्न केले. ही तर शंखोबाची अक्कल! आता माणसाचे चिडू नये तर काय करावे?

या प्रजेचे सुखदु:ख आपल्याशी इतके निगडित झालेले आहे, याची खलिफाला कल्पना नव्हती. त्यामुळे तो गांगरलाच. जरा बिचकून म्हणाला,

"पण राणीसाहेब तर मोठ्या सुंदर आहेत –"

"जळले मेल्या तोंड तुझे!" गुलनार त्याच्याकडे तुच्छतेने पाहत म्हणाली, "तू तर गाजरपारखीच दिसतोस. चार दागिने अन् भरजरी पोशाख घातला म्हणजे काय, माकडीणसुद्धा सुंदर दिसेल! समजलास?"

"हो, ते खरे म्हणा बाकी –"

"आता कसे बोललास! धड नाक का डोळा का तोंड? उगी गोरेगोमटे ध्यान नुसते काय चाटायचे आहे? अन् खलिफाही मेला तसाच म्हणा –"

"का? त्याला काय झाले?"

"उगी पाप्याचे पितर आहे झाले. कपडे काढल्यावर पाहावे मेल्याला. आहाहा! नुसता मुडदेफरास दिसतो. फासळी न फासळी मोजून घ्यावी छातीची. हमामखान्यात मी त्याला रोज पाहते ना."

"अस्से!"

"सारखा शराब पिऊन तर्रर असतो. अन् तब्येत ही अशी."

"तशी थोडी खराब आहे खरी."

"थोडी? पटकन एखाद्या दिवशी जीव जाणार आहे त्याचा. मी सांगते ना, लिहून ठेव अगदी."

खलिफाला मनातून असा संताप आला! इथल्या इथे तिचा गळा आवळावा आणि तिचाच जीव घ्यावा, असे त्याला वाटले. मोठ्या प्रयासाने त्याने आपले मन आवरले. वरकरणी गंभीर झाल्याचे दाखवून तो म्हणाला,

"हां हां, जरा बेताने बरे. कुणी ऐकेलबिकेल. खलिफाच्या कानावर असले काही गेले, तर तो डोकेच उडवतील तुझे."

गुलनारने नाक उडवले. बेफिकिरी व्यक्त केली.

"ऊं:! इथे कोण जातंय त्याला सांगायला? दगडोबा कधी महालाच्या बाहेर पडेल तर शपथ."

"अगं, पण भिंतीलाही कान असतात."

"तशी काही काळजी नाही. इथे कुणाचा कुणाला पत्ता लागायचा नाही. तुला माहिती नाही वाटते?"

खलिफाने मान हलवल्यावर गुलनारला मोठीच सुरसुरी आली. मग तिने बऱ्याच गप्पा मारल्या. तिच्या बोलण्यावरून खलिफाला समजले की, राजवाड्यात सगळा गाढवांचा गोंधळ आहे. एकाचा पायपोस एकाच्या पायात नाही. जनानखान्यात तर नुसती अनागोंदी माजली आहे. एकूण तिथे बायका आहेत किती, याचा नक्की आकडा गेल्या दोन-तीन पिढ्यांत तरी कुणाला माहीत नाही. कुणीही यावे आणि टिकली मारून जावे. वाटेल तो येतो आणि कुठलीही बाई आत ठेवून जातो अगर

बाहेर उचलून घेऊन जातो. काही काहींनी तर आपली बिऱ्हाडेच आत केली आहेत. जितक्या बायका, तितकीच पुरुषमंडळी आत आहेत. कुणी राजरोस वावरतात, तर कुणी बायकांचा वेष घेऊन राहतात इतकाच फरक. वर्षानुवर्षे हे लोक राहताहेत आणि जेवताहेत. पण त्याची कोठे दाद ना फिर्याद! काही सरदारांनी तर आपले स्वत:चे जनानेही इथेच घुसडून दिले आहेत. खर्च खलिफाचा अन् चंगळ यांची. फुकटात मजा मारतात सगळे. आता एखाद्या वेळी याचा जनाना चुकून त्याच्याकडे जातो, नाही असे नाही. पण सगळाच चोरीचा मामला असल्यामुळे कुणी आरडाओरडा करीत नाही, असे काही चालले आहे....

गुलनारने इतकी सगळी माहिती सांगितली आणि मग हळूच त्याला म्हटले, "भल्या माणसा, तुला यायचे का तिकडे? चल, मी नेते.''

खलिफाचे डोके आता चांगलेच भणभणत होते. नकळत त्याच्या तोंडातून शब्द बाहेर पडले,

"कुठे?''

"जनानखान्यात. दुसरीकडे कुठे? पण दहा दिनार देत असशील तर! बघ. तुला खूप गंमत उडवायला मिळेल. येतोस?''

खरं म्हणजे खलिफाला शक्य तितक्या लवकर राजवाड्याबाहेर पडून शहरात जायचे होते. पण गुलनारचे बोलणे ऐकून खलिफाने मनाशी किंचित विचार केला. मग म्हटले,

"चल.''

"आधी रक्कम –''

खलिफाने पुन्हा कमरेची पिशवी बाहेर काढली. त्यातील दिनार मोजून तिच्या हातावर ठेवले. त्याबरोबर ती खुदकन हसली. पुन्हा एक मुरका मारला.

"तरी मी ओळखलेच होते. म्हटले, राजवाड्यात या वेळी तुझे दुसरे काय काम असणार? काय, ओळखले की नाही?''

"ओळखले खरे.'' खलिफा मोठ्या कष्टाने बोलला.

"तेवढ्यासाठी तर मी दिनार हरवल्याची युक्ती केली. म्हटले, पाहावे काही जवळ आहे का नाही? अरे, हल्ली भिकार लोक फार येतात इकडे.''

"असे का?''

"तर मग! दमडी द्यायला नको. नुसती चैन करायला पाहिजे मेल्यांना... चला या माझ्या मागोमाग.''

"पण कोणी पाहिले तर?''

"ऊं! ठेवायचे एखादे नाणे त्याच्या हातावर. त्यात आहे काय मोठेसे?''

गुलनार भराभरा पावले टाकीत पुढे निघाली. तिच्या मागोमाग खलिफाही जड

पावलांनी निघाला. आता आणखी काय काय पाहायला मिळते, या धास्तीने त्याच्या पोटात गोळा आला.

जनानखान्याशी पोचेतो चांगला अर्धा तास गेला. तोपर्यंत अंधार आणखी वाढला आणि दिवे कमी कमी दिसू लागले. शेवटी शेवटी तर खलिफाला अंधारातून ठेचकाळत पुढे जावे लागले. त्या गडबडीत गुलनार कोठेतरी गडप होऊन गेली. कोठे गेली, याचा काहीच अंदाज लागेना. खलिफा गोंधळला आणि जागेवर उभा राहिला. इकडेतिकडे धडपडत, उजेडाच्या दिशेने वाट फुटेल तिकडे पुढे जाऊ लागला.

तेवढ्यात समोरून कुणीतरी भराभरा येत असल्यासारखे त्याला वाटले. कोण येत असावे? गुलनार तर परत आली नसेल?

पण विचार करायला त्याला वेळच मिळाला नाही. जो कोणी गृहस्थ आला, तो इतक्या लगबगीने आला की, खलिफाची आणि त्याची जोरात टक्कर झाली. दोघेही एकमेकांना असे धडकले की बास! खलिफाचे टाळके चांगलेच शेकले आणि तो कोलमडून एका बाजूला पडला.

मग मात्र खलिफाला राग आवरला नाही.

मोठ्या कष्टाने उभा राहत, अंग झटकत तो संतापाने म्हणाला,

''काय रे ए हरामजाद्या, डोळे फुटले काय तुझे?''

कपाळाला हात लावून तो माणूसही तसाच उभा होता. बहुधा त्यालाही सणसणून लागले असावे. हात बाजूला करून तोही क्रोधाविष्ट होऊन खलिफाकडे पाहू लागला.

''मला एक दिसत नव्हते. पण तुला तर दिसत होते ना? –'' तो गुरगुरला, ''का तुझेही डोळे फुटले होते? अन् हरामजादा कुणाला म्हणतोस!''

''मूर्खा! तुलाच.'' खलिफांचा संताप आणखी वाढला.

''मला? शैतान, प्रत्यक्ष खलिफालाच शिव्या देण्याचे धाडस करतोस?''

धडधडीत आपल्यालाच हा आपण खलिफा असल्याची थाप मारतो आहे, हे पाहून त्याचे धारिष्ट्य श्रेष्ठ असल्याची खलिफाला खात्री पटली. तो गांगरून गेला. म्हणाला, ''क... कोण? तू खलिफा?''

''अर्थात! काय समजला आहेस? नालायक अवलाद. चल हो बाजूला. नाही तर डोके उडवेन.''

असे म्हणून त्याने असा एक जबरदस्त टोला खलिफाच्या छातीवर चढवला, की खलिफाची स्वारी पुन्हा एकदा कोलमडून खाली पडली. पण मोठ्या हिमतीने उठून त्याने दोन्ही हात पसरले. वाट अडवली. आवाज चढवला.

''खरे बोल. तू खलिफा नव्हेस हे मी खचित सांगतो. मी खलिफाला पाहिले

आहे. बोल, कोण आहेस तू?''

तो गृहस्थ टक लावून पाहत उभा राहिला, तसा खलिफाही त्याच्याकडे पाहत उभा राहिला. स्वारीचा पोशाख तर मोठा झोकदार होता. मलमलीचा सैलसा अंगरखा. झुळझुळीत तुमान. डोक्याला ऐटबाज शिरपेच असलेला मंदिल. दोन्ही हातांच्या बोटात हिरेमाणकांच्या अंगठ्या आणि कपड्यांना चोपडलेले अत्तर. स्वारी मोठी गुलजार दिसली.

खलिफाने पुन्हा एकदा निक्षून विचारले, तेव्हा तो जरा विचारात पडल्यासारखा दिसला. मग एकाएकी खलिफाच्या पाठीवर प्रेमळ थाप मारून तो हसू लागला. सलगीच्या सुरात म्हणाला,

''वा मित्रा, तू मोठा हुशार आहेस! कसे बरोबर ओळखलेस. मी खलिफा नव्हे ही गोष्ट खरी.''

''मग कोण आहेस?''

''ह्यॅ: ह्यॅ:! आता खरे सांगायचे म्हणजे –''

''हां –''

''मी खलिफाचा चुलतभाऊ आहे. सुलेमान. चल, जाऊ दे मला. सोड वाट.''

''छट्!'' खलिफा दृढ निश्चयाने वाट तशीच अडवून तीव्र स्वरात म्हणाला, ''सुलेमानलादेखील मी पाहिले आहे. तू तो मुळीच नव्हेस.''

तो गृहस्थ पुन्हा हसू लागला. मग तोंडावर आश्चर्य दाखवून म्हणाला,

''अरे वा! मोठाच हुशार दिसतोस. मी सुलेमान नाही हे खरे. ती उगीच आपली थट्टा केली तुझी. असो. आता खरे सांगतो. मी कोतवाल आहे, कोतवाल. इकडे काय बंदोबस्त आहे, ते पाहायला आलो होतो सहज. हां, चल जाऊ दे मला –''

खलिफा रुक्ष स्वरात बोलला,

''तू कोतवालही नव्हेस. मी कोतवालालाही ओळखतो. मुकाट्याने खरे बोल पाहू.''

''आता मात्र कहर झाला बुवा. बरे चल, हे घे.''

असे म्हणून पटकन कमरेची पिशवी काढून त्याने हाताला लागतील तेवढे दिनार खलिफाच्या हातात कोंबले. पाठीवर पुन्हा सलगीची थाप मारली. डोळे मिचकावले.

''का, आता खूश ना?''

खलिफाने मनाशी थोडा विचार केला. जरा याच्या कलाने घेतले, तर आणखी काही महत्त्वाची माहिती मिळेल, असे त्याला वाटले. मग त्याने बळेच तोंडावर हास्य आणले. लवून सलाम केला. इकडचे तिकडे बोलणे काढून त्या रंगेल इसमास बोलके केले. मग मात्र दोघांच्या बऱ्याच गप्पा झाल्या. या गप्पांतून खलिफाला समजले की, ही स्वारी कुणी मुशाफिर असून गेले कित्येक महिने

राजवाड्यात तळ ठोकून आहे. जनानखान्यात बऱ्याच ठिकाणी तो खुशाल खलिफा म्हणूनच वावरतो. जनानखान्याचे बरेच भाग असे आहेत, की तिथल्या नोकरांनी, बायकांनी खलिफाला फारसे कधी पाहिलेले नाही. त्यामुळे ते लोक यालाच खलिफा समजतात. सगळे काम कसे मग बिनबोभाट. पैसा खर्च न करता ऐटीत चंगळ. बरे, जिथे खलिफाला चांगले ओळखतात, तिथे सुलतानाचा चुलतभाऊ सुलेमान म्हणून सांगत हिंडायचे. म्हणजे काही प्रश्न नाही.

"बरे बुवा, तुला खलिफासारखे वागणे जमते?"

"ऊं! त्यात काय विशेष आहे!" तो माणूस फुशारकीने म्हणाला, "सारखे आपले कुठल्यातरी सुंदरीच्या गळ्यात हात टाकून बसायचे, अन् शराब घ्यायची. मधून मधून नोकराच्या अंगावर ओरडायचे 'डोके उडवेन,' 'हात कलम करेन,' 'कोरड्याने झोडपून काढेन,' असे आपले म्हणायचे... म्हणजे लोकांना बिलकुल संशय येत नाही. हा: हा:! त्यांना वाटते की हा शंभर टक्के खलिफाच! ख्यॅ: ख्यॅ:!...."

त्याचे फिदीफिदी हसणे पाहून खलिफाला असा राग आला की, याचे या क्षणी डोके उडवावे, असे त्याला मनातून वाटू लागले. पण ते वरकरणी न दाखविता तो गंभीरपणे म्हणाला,

"मित्रा, तुला एक गोष्ट सांगतो. खलिफाला कोणीही चुलतभाऊ नाही, अन् त्याच्या कुठल्याही भावाचे नाव सुलेमान नाही."

"ऊं! असेल नाही तर नसेल –" तो निष्काळजीपणाने बोलला, "इथे कुणा लेकाच्याला ते माहिती आहे? माझ्याच डोक्यातून ही शक्कल निघालेली आहे. घाबरू नकोस."

आता मात्र खलिफाचे डोके विलक्षण तापू लागले. त्याच्या मनावरचा तोल ढळू लागला. चेहरा हळूहळू बदलत लालबुंद होऊ लागला. पण त्या उमद्या पुरुषाचे तिकडे लक्ष नव्हते. तो आणखीन लाडात येऊन खलिफाजवळ सरकला. त्याच्या कानात कुजबुजला,

"अरे एवढ्याने काय झाले? मी याच्यापेक्षाही मजा उडविली आहे. आता मी कोठे गेलो होतो माहीत आहे?"

खलिफाने बावळटासारखी मान हलवली.

"नाही. कुठे?"

त्याने डोळे मिचकावले.

"आत्ताचे प्रकरण तर भारी नाजूक होते. पण जुळले अखेरीस बुवा."

खलिफा त्याच्याकडे तटस्थ होऊन पाहतच राहिला.

"सांगू?"

“सांगा.”

“पण कुणापाशी बोलायचे नाही.”

“नाही.”

“आत्ता फारच बहार उडाली. कर कान इकडे.”

खलिफाने आपला कान त्याच्या तोंडाजवळ नेला.

“आता मी –”

“हां हां –”

“थेट राणीसाहेबांच्या महालातून –”

खलिफाच्या हातातील नाणी एकाएकी गळून पडली. खालच्या संगमरवरी फरशीवर त्यांचा खळकन आवाज आला. थरथर कापत तो ओरडला,

“काय?–”

खलिफा एवढ्या मोठ्यांदा ओरडला की, तो गृहस्थ दचकून बाजूला झाला. कावराबावरा होऊन खलिफाच्या तोंडाकडे सभय दृष्टीने पाहू लागला. काहीतरी चमत्कारिक प्रकार घडला आहे, हे त्याने क्षणार्धात ताडले. मग त्याने खलिफाला विचार करायला फारसा अवधी दिलाच नाही. सर्रकन त्याने कमरपट्ट्यातून म्यानासह तलवार उपसली. उलटीकडून धरली आणि खलिफाच्या टाळक्यावर मूठ दणकन आदळली. त्याबरोबर खलिफाचे टाळके असे सडकून निघाले, की काही विचारू नये. त्याच्या डोळ्यांसमोर एकदम काजवेच चमकले. त्या स्वारीने घाईघाईने अंधारात धूम ठोकली, एवढेच त्याला अंधुकपणे कळले. पण त्याला प्रतिकार करण्याची ताकद राहिलीच नाही. क्षणार्धात बेशुद्ध होऊन तो खाली कोसळला. पुढे काय झाले, याची त्याला काहीच शुद्ध राहिली नाही.

खलिफा सावध झाला, त्या वेळी त्याचे डोके विलक्षण ठणकत होते. जाळीदार झरोक्यातून उन्हाचे ठिपके खाली उतरले होते. त्यांच्या चित्रविचित्र रांगोळ्यांनी महालातील अंतर्भाग उजळला होता. किनखापी पडदे वाऱ्यांच्या झुळकांनी रुळत होते. बगीच्यातील रंगीबेरंगी पाखरे कुलकुलत होती. वाद्यांचे मंद सूर लांबून कुठूनतरी ऐकू येत होते आणि खलिफाच्या तोंडावर गुलाबपाण्याचे हबकारे मारून कुणीतरी त्याला सावध करीत होते.

मोठ्या कष्टाने खलिफाने डोळे उघडले. किंचित विव्हळत त्याने विचारले, “मी कुठे आहे?”

त्याबरोबर शांत, धिम्या स्वरात उत्तर ऐकू आले,

“आपण आपल्याच महालात आहात सरकार.”

आवाजाच्या अनुरोधाने खलिफाने मान वळविली. पाहिले तो पलंगाजवळ

पायथ्याला खालच्या मऊ रुजाम्यावर म्हातारा मश्रूर बसला होता. त्याच्या हातात गुलाबपाण्याने भरलेली सुरई होती – खलिफाने पाहिल्यावर तो हलकेच हसला. मग खलिफाच्या कपाळावर आपला सुरकुतलेला हात ठेवून त्याने उगीच थोपटल्यासारखे केले. अदबीने विचारले,

"आता कसे वाटते हुजूर?"

अगदी हळू आवाजात खलिफा म्हणाला,

"जरा बरे वाटते."

आणि त्याने दोन्ही हातांनी चाचपडल्यासारखे केले. नेहमीच्या पलंगाचा स्पर्श त्याला जाणवला. मग किंचित क्षीणपणे हसून त्याने उठून बसण्याचा प्रयत्न केला. पण डोक्यात घण घातल्यासारख्या वेदना होऊ लागल्या, तेव्हा तो नकळत परत खाली पडला. कण्हत म्हणाला,

"मश्रूर –"

"हां जी, सरकार."

"मला येथे कोणी आणले?"

"मीच सरकार."

खलिफा चकित झाला. तशाही स्थितीत त्याचे डोळे विस्फारले.

"तू?"

"होय सरकार." मश्रूर अदबीने मान लववून संथपणे म्हणाला, "मला माहीतच होते. बंद्याचे बोलणे तुम्ही मनावर घेणार नाही. आपलाच हट्ट चालवणार. मी तुमच्या मागोमागच होतो, सरकार."

"तर मग तुला सगळे ऐकू आलेच असेल."

"होय सरकार. अगदी शब्द अन् शब्द."

खलिफाचा चेहरा लाजेने लाल झाला. शरमिंदा होऊन काही न बोलता तो स्वस्थ पडून राहिला. मश्रूरने शराबाचा प्याला मुकाट्याने भरला आणि त्याच्या हाती दिला. तो झोकल्यावर त्यास अंमळ तरतरी वाटली. मग दु:खी आवाज काढून तो बोलला, "मश्रूर, लोक फार भयंकर आहेत रे."

"होय सरकार."

"तू सांगत होतास ते अगदी खरे. कुणी दु:खी नाही. सगळ्यांची कशी चंगळ चालली आहे."

मश्रूरने आपली पांढरीशुभ्र दाढी कुरवाळली. चेहरा धीरगंभीर केला.

"सद्धर्मपालक, मी हे तुम्हाला आधीच सांगितले होते. पण त्या वेळी ते तुम्हाला पटले नाही."

"आता पटले."

"सरकार, यापुढे एक गोष्ट नेहमी लक्षात ठेवा. लोक नेहमीच सुखी असतात. दु:खी काय ते आपणच असतो. म्हणून शहाण्या माणसाने लोकांच्या सुखदु:खांची कधीही चौकशी करू नये."

"मला हे माहीत नव्हते." खलिफा क्षीण आवाज बोलला.

"बरे झाले तुम्हीही सुखी राहाल आणि लोकही सुखी राहतील."

खलिफाने नुसती मान हलवली आणि तो पडून राहिला. त्याला हळूहळू ग्लानी येऊ लागली. शराबाच्या धुंदीने डोळे जड होऊन मिटू लागले. तेवढ्यात त्याला पुन्हा कसलेतरी स्मरण झाले. दचकून जागा होत तो म्हणाला,

"पण काय रे मश्रूर, तू तर म्हणाला होतास –"

"काय सरकार?"

"आमचे आब्बाजान आणि आजोबा दोघेही असे वेष पालटून हिंडत म्हणून. मग?"

मश्रूरने पुन्हा खलिफाचे कपाळ थोपटले.

"होय सरकार. त्यांनीही हा खटाटोप करून पाहिला होता. मी होतोच ना बरोबर त्यांच्या."

"मग? त्या वेळी काय झाले?"

"आपले वडील – सद्धर्मपालक खलिफा – त्यांची लोकांनी तंगडीच मोडली होती अन् आजोबांची मान मोडून जाण्याचा प्रसंग आला होता. दोघेही सहा-सहा महिने बिछान्यावर पडून होते, सरकार. त्या मानाने तुमचे थोडक्यातच निभावले म्हणायचे! आता यापेक्षा जास्ती काही विचारू नका."

हे ऐकून खलिफाला पुष्कळच हुशारी वाटू लागली. त्याच्या डोक्यावरचे ओझे बरेचसे उतरले.

"हे काय रे मश्रूर, या गोष्टी ग्रंथात का बरे आल्या नाहीत?"

खलिफाचा हा बालिश प्रश्न ऐकून तो अनुभवी म्हातारा हसला. पूर्वीच्याच गंभीर आवाजात तो बोलला,

"कारण त्या खऱ्या गोष्टी आहेत. आणि खऱ्या गोष्टी ग्रंथात घालण्याचा शिरस्ता नाही सरकार... झोपा आता."

मश्रूरचे बोलणे ऐकता ऐकता खलिफाचे डोळे पुन्हा मिटू लागले. हळूहळू त्याला गुंगी येऊ लागली. मश्रूर त्याचे कपाळ थोपटत राहिला. बगिच्यातली रंगीबेरंगी पाखरे कुलकुल करीत राहिली. वाद्यांचे मंद सूर तसेच वाजत राहिले आणि त्या वेड्या खलिफाला झोप लागली. आधीच सुखी असलेल्या आपल्या प्रजेला जास्ती सुखी करण्याचा विनाकारण प्रयत्न करणाऱ्या त्या दु:खी खलिफाला अखेरीस अगदी गाढ झोप लागली!

गप्पांगण

द. मा. मिरासदार

गुरुत्वाकर्षणाच्या नियमानुसार वरचा माणूस खाली येतो;
पण खालचा मनुष्य एकदम वर जातो, तो फक्त – सिनेमातच!
गागाभट्टांनाही अवकाशात पाठवण्याचे सामर्थ्य
एकाच व्यक्तीत असू शकते, तो म्हणजे – 'मंत्री'!
श्रोते नसले तरी वक्ता हा असतोच; अशी एकच सभा असते –
निवडणुकीची!
रम्य बालपणात ही विलक्षण सृष्टी आपण पाहत बसतो. नव्हे,
त्याच जगात आपण जगत असतो, ती दुनिया असते – भुतांची!
जुन्या कादंबरीत आढळणाऱ्या या देवीची आराधना
आपल्या प्रत्येकालाच करावी लागते, ती म्हणजे – निद्रादेवीची!
शहाण्या माणसाने ही पायरी कधी चढू नये असे म्हणतात; ती
म्हणजे – कोर्टाची!
या कलेचे एक शास्त्र असते, नियम असतात, ती कला म्हणजे –
लाच देणे!
हे सर्वश्रुत अनुभव; कथेच्या माध्यमातून लेखकाने वाचकांसमोर
मांडले आहेत. वाचकांशी साधलेला हा संवाद; हेच या 'गप्पांगण'चे
विशेष आहे.

❀ ❀ ❀